चुटकीचं जग

फारूक एस. काझी

मेहता पब्लिशिंग हाऊस

CHUTAKICHA JAG by FAROOK S. KAZI

चुटकीचं जग / बालसाहित्य
लेखक
फारूक एस. काझी

संस्थापक : सुनील अनिल मेहता
प्रकाशक : मेहता पब्लिशिंग हाऊस प्रा. लि.,
१९४१, सदाशिव पेठ, माडीवाले कॉलनी, पुणे – ४११०३०.
E-mail : author@mehtapublishinghouse.com
Website : www.mehtapublishinghouse.com

मुद्रक
श्री मुद्रा

मुखपृष्ठ व आतील चित्रे
प्रियांका कांगले

प्रथमावृत्ती : ऑगस्ट, २०२१
द्वितीयावृत्ती : ऑक्टोबर, २०२३

किंमत
₹ १९५

ISBN 9789391151065

मुसा

इर्डा

चुटकी

नूहबाबा

तू माझी चुटकी आहेस...

सकाळी सकाळी मुसा खूप घाईत होता. आज सगळे होडीवाले मासे पकडायला जाणार होते.

मासळीला चांगला भाव आला होता. मुसानेही होडी बाहेर काढली होती.

आठवड्यासाठीचे काही पैसे जमा होतील असा त्याचा अंदाज होता.

मुसा म्हणजे एक आडदांड शरीराचा माणूस. ताकद जबरदस्त. चुटकीला तर तो तळहातावरच ठेवे.

चुटकी म्हणजे मुसाची मुलगी. पाच वर्षांची होती चुटकी.

अब्बा चुटकीवर खूप प्रेम करतो; पण ते कधी दाखवून देत नाही. सगळे लोक त्याला 'जडबुद्धी' म्हणतात. जडबुद्धी म्हणजे एकदम बुद्दू माणूस !

आपल्या अब्बाला असं बोललेलं चुटकीला अजिबात खपत नाही. 'माझा अब्बा जगातला 'सर्वांत बेस्ट अब्बा' आहे; कारण तो माझी खूप काळजी घेतो. मी शाळेत जाईपर्यंत माझं खाणं-दूध-अंघोळ-दप्तर भरणं ही सगळी कामं तोच करतो.' चुटकी एका दमात हे बोलून मोकळी होते. अब्बा नसला की शेजारच्या चाची हे सर्व काम करतात.

चुटकीला अम्मी नाही. खूप वर्षांपूर्वी ती अल्लाहला प्यारी झाली.

चुटकीने तिला पाहिलंही नाही, तरीही तिला तिची खूप आठवण येते. तिच्या कुशीत शिरावं, हट्ट करावा, तिच्याकडून वेणी घालून घ्यावी असं सतत वाटत राहतं. पण, ती असं नाही करू शकत.

तिचा अब्बा तिची खूप छान वेणी घालतो. तो मांडी घालून बसतो आणि चुटकीला एका छोट्या स्टुलावर बसवतो. करणार काय? त्याच्यासमोर ती बसली तर त्याला दिसणारही नाही. त्याची ढेरीच एवढी मोठी आहे. मग तो सावकाश तिच्या डोक्याला तेल लावतो. भांग पडतो. मग केस मागे घेऊन छानशी रिबीन बांधतो. झाली वेणी तयार. चुटकीच्या बाजी म्हणजे तिच्या शाळेतील शिक्षिका. त्यांना सगळी मुलं बाजीच म्हणतात. बाजी म्हणजे मोठी ताई. तिच्या बाजी लगेच ओळखतात, आजची वेणी अब्बानं घातलीय. त्यांना फार कौतुक वाटायचं तिच्या अब्बाचं. चुटकीही हरखून जायची.

चुटकी अम्मीच्या आठवणीत रडू लागली की अब्बा दोन बोटांनी छानशी

चुटकी वाजवतो. तिला ती खूप आवडते. ‘चुटूक चुटूक’ असा आवाज मस्त वाटतो. चुटकीही वाजवायला शिकली चुटकी; पण अब्बासारखी नाही जमत.

चुटकीचा आवाज ऐकून ती खुदूखुदू हसू लागली की अब्बा तिला वर उचलून घेतो, गोल गोल फिरवतो. आपली खरबरीत दाढी टोचवत तिची पापी घेतो आणि आपल्या गडगडाटी आवाजात म्हणतो...

“तू माझी चुटकी आहेस. तुझ्यामुळे माझ्या जगण्याला अर्थ आहे. नाहीतर मी जडमेंदू कसा जगणार एकटा?”

असं म्हणताच चुटकी पटकन त्याची पापी घ्यायची; दाढी टोचायची; पण ती आपल्या अब्बाला घट्ट बिलगायची. “तू नहीं है जडबुद्धी। तू मेरा अब्बा है।”

असा हा तिचा अब्बा एक नावाडी आहे. खूप तापट स्वभावाचा. राग तर जणू त्याच्या नाकावरच असतो.

त्याच्या नावेवरचे लोक मात्र सांगायचे ‘आमचा मालक देवमाणूस आहे.’ अब्बाचा स्वभाव कुणालाच समजला नव्हता. तो कधी रागवेल आणि कधी प्रेमाने बोलेल काही समजत नसे.

असा हा अब्बा खूप अबोल. कमी बोलायचा. त्याला काय सांगायचंय हे आपणच ओळखून घ्यायचं.

नाहीतर खूप ओरडायचा. चुटकीवर मात्र तो कधीच चिडला किंवा ओरडला नाही.

का? ते माहीत नाही. कितीही रागावलेला असला तरी, कितीही दमला असला तरीही.

एके दिवशी तिने शेजारच्या चाचींना कुणाशी तरी फोनवर बोलताना ऐकलं.

“मुसा पागल है। कुठली कोण अनाथ पोर त्यानं सांभाळलीय. जीव लावून ठेवलाय. सांगितलं तर ऐकत नाही.”

हे ऐकून चुटकीच्या पायाखालची जमीनच सरकली. ती अनाथ होती; पण अब्बाने हे कधीच तिला कळू दिलं नव्हतं. आता तिच्या लक्षात आलं की तिच्या अम्मीचा फोटो घरात का नव्हता ते. तिच्या अम्मीच्या आठवणी अब्बा तिला का सांगत नव्हता. तिला अब्बाचा रागही आला आणि नंतर तो तिला देवदूतच वाटू लागला.

ती खूप रडली. कुणाशी काही बोलेना की पहिल्यासारखी हसेना. अब्बाच्या ही गोष्ट लक्षात आली होती; पण त्याला वाटलं काहीतरी विचार करत असेल. त्यामुळे बोलत नसेल.

चुटकीने तिच्या बाजींना एकदा हे सर्व सांगितलं. त्याही ऐकून सुन्न झाल्या. तिला सतत परकं परकं वाटू लागलं होतं. चुटकी आणि बाजींचं बोलणं कुणीतरी ऐकलं आणि 'चुटकी अनाथ आहे' ही बातमी सगळ्या शाळेत पसरली. शिक्षक तिला सहानुभूती दाखवू लागले तर शाळेतील मुलं तिला चिडवू लागली होती. तिला काहीच कळेना. बाजी तिच्यासोबत होत्या म्हणून तिला थोडा आधार तरी होता. बाजी तिची समजूत घालत; पण तिचं मन सतत रडत होतं. आपण अनाथ आहोत ही भावना काही केल्या कमी होत नव्हती.

चुटकी मुकीच झाली. अब्बा काळजीत पडला. त्याला काय करावे कळेना. ती सतत रडायची. बाजींनी अब्बाला सर्व सांगितलं. अब्बा शेजारच्या चाचीला खूप बोलला-ओरडला. तोही खूप रडला. पहाडासारखा माणूस रडल्याचं पाहून

चुटकीला फार वाईट वाटलं. अब्बाने तिच्या बाजींना 'चुटकी माझ्याशी बोलत नाही. सारखी रडते,' असं सांगितलं.

तो स्वत: हे सांगताना रडला. चुटकीला हे सर्व समजत होतं; पण अनाथ असल्याची भावना तिला सतत त्रास देत होती. हा मोठा धक्का होता तिच्यासाठी. अब्बाला काही समजत नव्हतं की तिची समजूत कशी काढावी. काय करावं की ती रडणार नाही. पहिल्यासारखी हसेल, मज्जा करेल. आपल्या अब्बाच्या पाठीवर बसून घरभर फिरेल.

चुटकीच्या बाजी हे सर्व पाहत होत्या. त्यांना बाप-लेकीतलं प्रेम माहीत होतं. त्यांनीच काहीतरी करायचं ठरवलं.

चुटकीच्या बाजींनी एकदा तिच्या अब्बाला शाळेत बोलावलंय असं सांगितलं. अब्बा गडबडून गेला. त्याला धड नाही म्हणता येईना आणि होकारही देता येईना; पण चुटकीविषयीच काहीतरी असणार असं ओळखून त्याने येणं कबूल केलं. चुटकीसाठी तो काहीही करू शकत होता.

तो आलाही.

तो अवघडला होता शाळेत आल्यावर. शाळेतल्या खुर्चीत त्याला बसता येईना. त्याच्यासाठी एक मोठा स्टूल आणला. त्यावर तो बसला.

''बच्चों, आज हमारे यहाँ इक मेहमान आये है। ते व्यवसायाने नावाडी आहेत. ते आज तुम्हाला नावेवरच्या गमतीजमती सांगणार आहेत. नावेवरची गीतं गाऊन दाखवणार आहेत.''

हे ऐकताच अब्बा गडबडून गेला. त्याने बाजींकडे पाहिलं. त्यांनी हलकेच डोकं हलवून 'सुरवात करा' असं सुचवलं. त्याने काही क्षण शांत बसून सुरवात केली. चुटकीही गडबडून गेली. अब्बाला नाही जमलं तर? सगळे त्याला हसतील. आणि तिच्या अब्बाला कुणी हसलेलं तिला अजिबात आवडणार नव्हतं. तिने मनातच प्रार्थना केली. 'या अल्लाह, माझ्या अब्बाला पास कर.'

मुसाने आपल्या घोगऱ्या आवाजात दोन-तीन नावाड्यांची गाणी गायली. नावेवरच्या गमतीजमती सांगितल्या. मुलांनी जोरात टाळ्या वाजवल्या.

शेवटी तो म्हणाला, ''सींप में आसमान से पानी गिरता। मगर सींप उसे अपना बनाता। शिंपल्याला माहीत नसतं ते पाणी कोण आहे? कुठून आलं? ते फक्त

त्याला आपल्यात सामावून घेतं. त्याचा मोती बनवतं. चुटकी, तू माझ्यासाठी मोती आहेस. माझी चुटकी. तू जन्मानं माझी पोर नाहीस म्हणून काय झालं! पण हा तुझा अब्बा तुझ्यावर प्रचंड प्रेम करतो. जगाची पर्वा तू नको करूस. हा तुझा येडा अब्बा समर्थ आहे. तू जगासाठी अनाथ असशील पिल्या, पण माझ्यासाठी तू माझी चुटकी आहेस. माझी इटुकली पिटुकली चुटकी आहेस.'' असं म्हणून तो हमसून हमसून रडू लागला.

चुटकी सुन्न होऊन ऐकत होती. इतक्यात बाजींनी तिच्या खांद्यावर थोपटलं आणि अब्बाकडे बोट केलं. तिला काय करावं हे कळेना. तीही रडत होती. शेवटी मनाशी काहीतरी ठरवून ती धावतच अब्बाकडे गेली. अब्बाला मिठी मारली. त्याच्या खरबरीत दाढीच्या गालाची पापी घेतली. त्याच्या गालावरून वाहणाऱ्या आसवांची खारट चव तिला आज खूप आवडली. गाल फुगवून ''अब्बा, तू रडताना एकदम बाद दिसतोस. रडत जाऊ नकोस.'' असं म्हणताच अब्बा हसायला लागला. त्याने चुटकीला अलगद उचलून खांद्यावर घेतलं. बाजींची परवानगी घेऊन ते घराकडे चालायला लागले.

ती अजूनही अब्बाच्या खांद्यावर होती. तिचं आकाश जणू तिच्या हातात होतं. तिचं आकाश आणि जमीन अब्बाच तर होता.

अब्बाचं वजन

चुटकी आज अंघोळीला अब्बाबरोबर गेली होती. अंघोळ करताना अब्बा छान छान गाणी गातो. ती गाणी तिला खूप आवडत. अंघोळ करताना ती अब्बाला 'ओ वाला गा, बहारों फूल बरसावो....' अशा फर्माईश करायची. अब्बा न कुरकुरता गायचा. त्याच्या घोगऱ्या आवाजातही एक गोडवा होता. चुटकीला तो जास्त आवडायचा. तसं तर अब्बाला रोज रोज तिला अंघोळ घालणं शक्य नव्हतं; पण कधी जर वेळ असेल तर त्यांचा अंघोळीचा कार्यक्रम तासभर चाले. मग भरपेट नाश्ता आणि मग चुटकी खेळायला जायची. शेजारच्या दादी अंघोळ घालत तिला. पण, आताशा ती स्वत: अंघोळ करायला शिकलीय. टीव्हीतल्या जाहिरातीतल्यासारखी ती तासभर अंघोळ करत राहायची. अब्बा खूप हसायचा. शेजारची दादी तक्रार करायची.

आज अब्बा निवांत होता. चुटकीची अंघोळ झाली. अंग पुसून झालं; पण बाहेर जाताना उघडी कशी जाणार?

"अरे! मी माझा फ्रॉक नाही आणला." चुटकी कपाळावर हात मारत म्हणाली.

"रहने दे! ये डाल के जा।" असं म्हणत अब्बाने तिला आपला टी शर्ट घालायला दिला. शर्ट कसला, मोठं पोतंच जणू! माशांचा वास येत होता त्याला; पण चुटकीला तो वास घाण वाटला नाही. 'अब्बा मेहनत करतो. हा मेहनतीचा वास आहे,' असं ती मनातल्या मनात म्हणाली.

अगडबंब देहाच्या अब्बाचा शर्टही तसाच होता. अगडबंब! चुटकी त्यात गुमून गेली. तो भला मोठा टी शर्ट घालून ती आत आली. पायरी चढताना शर्ट पायात अडकून ती पडणारच होती; पण तिने स्वत:ला सावरलं.

'अब्बा लय जाड झालाय...!' तिच्या मनात विचार आला.

याच्या वजनाचं काय करावं याचाच तिला आता घोर पडला होता. इतक्यात अब्बा अंघोळ करून आला. टी शर्ट नसल्याने तो उघडाच आला होता. त्याच्या पहाडासारख्या देहाकडे बघून चुटकीने कपाळाला हातच लावला.

आपल्याला अब्बा आजच का एवढा जाड वाटला? आधीपासून तो जाडच आहे की, या विचाराने तिला हसायला आलं. आजवर आपण कधी त्याचा टी शर्ट घातला नव्हता ना...मग कसं कळणार?

अब्बाला वजन कमी करायला लावायचं, असं मनाशी पक्कं ठरवत तिने फ्रॉक घातला. आज नाश्त्याला अंडा भुर्जी आणि पाव होता. तिचा आवडता नाश्ता. अब्बा भुर्जी फार भारी बनवतो. शेजारच्या चाचीलाही तशी जमत नाही.

"अब्बा, तेरा वजन बहुत बढ गया है। कम करना पडींगा।" असं चुटकीने म्हणताच अब्बा नुसतं 'हम्म' एवढंच म्हणाला; पण चुटकी थोडीच गप्प बसणार होती!

तिने पहिल्यांदा त्यांच्या मोहल्ल्यातल्या डॉक्टरचाचाकडे मोर्चा वळवला. तिने अब्बाच्या वजनाविषयी त्यांना सांगितलं. डॉक्टर हसले; कारण ते मुसाला सांगून थकले होते; पण त्याने कधीच त्यांचं ऐकलं नाही. आपली नाव, काम आणि चुटकी....एवढंच त्याचं जीवन होतं. त्यातच तो खूश होता.

"मै बोलता मुसा को। तू जा।" असं डॉक्टर म्हणाले; पण चुटकी तिथून हलेना.

शेवटी डॉक्टरांनी तिला एक 'डाएट चार्ट' दिला. जेवण किती, कसं करायचं, कुठल्या वेळी करायचं.

ती 'शुक्रिया!' असं हसून म्हणाली. डॉक्टरांना आपली फी मिळाल्यासारखं वाटलं. चुटकी घरी आली.

अब्बाला दिसेल असा तिने तो चार्ट लावला; पण हे लावताना ती हे विसरली की तिच्या अब्बाला इंग्रजी कुठं येतंय? तिने चार्ट लावून अब्बाला सांगितलं. ''इसमे जैसा लिखेला है, वैसा करने का।''

अब्बा जोरात हसायला लागला. चुटकी परेशान झाली. 'का बरं हसला अब्बा?'

''ये तो अंग्रेजी में है, मुजे नै आती।'' आता चुटकीही हसत होती. आपल्या हे डोक्यात कसं आलं नाही?

तिने तो चार्ट कसाबसा काढून घेतला. एक कोरा कागद आणून शेजारच्या फातिमादीदीला दिला.

''मुजे ये हिंदी में करके दो दीदी!'' फातिमादीदीने तिला शक्य तेवढं लिहून दिलं.

आता नवीन चार्ट आला. अब्बाचं डाएट सुरू झालं. आपण लवकर इंग्रजी शिकून घ्यायला हवं असं तिला वाटलं.

मुसाला हे जड जात होतं. तो प्रचंड मेहनत करायचा. तसंच त्याला खावं लागायचं. कधी कधी समुद्रात दोन-दोन तीन-तीन दिवस जावं लागायचं. तेव्हाही असंच काहीसं होई; पण आपल्या चुटकीसाठी तो हे सर्व करायचा. एकही शब्द न बोलता.

अब्बा एकदा चुटकीला पैगंबरांची कहाणी सांगत होता. चुटकी मांडीवर झोपली होती. ती कथा मुहम्मद पैगंबर यांची होती. त्यांनी गुलामगिरी नष्ट केली. गुलामांना गुलाम न मानता आपलं मानलं. त्या काळी मुलींना जगण्याचा अधिकार मिळवून दिला. चुटकी काळजीपूर्वक ऐकत होती.

''अब्बू, पैगंबर म्हणजे काय?''

''पैगंबर म्हणजे देवाचा संदेशवाहक. एक सच्चा व प्रामाणिक माणूस, जो सर्वांचं कल्याण करतो.''

चुटकी कान देऊन ऐकत होती. आपल्या अब्बाला सर्व माहीत आहे याचा तिला नेहमीच अभिमान वाटे.

‘माझा अब्बापण एक सच्चा आणि प्रामाणिक माणूस आहे. मग तोही पैगंबर आहे का?’ ती याच विचारात गढून गेली.

ऐकता ऐकता ती तिथंच झोपी गेली. अब्बाने तिला नीट झोपवलं. मुसाला नाव घेऊन समुद्रात जायचं होतं. तो दोन-तीन दिवस परत येणार नव्हता. त्याने तयारी केली. शेजारच्या दादीला सांगून तो निघून गेला.

जाताना चुटकीच्या मस्तकाची पापी घेऊन गेला. क्षणभर तिच्याकडे टक लावून पाहिलं आणि झरकन बाहेर पडला.

नावेवर तो खूप काम करत होता. जाळं ओढणं, मासे टोपल्यांत भरणं, त्यातून छाटून ते शीतपेटीत भरणं. त्याचे साथीदार त्याला मदत करत होते. दिवस बघता बघता टळू लागला. आपल्या मालकाने सकाळी फक्त थोडं खाल्लंय, त्याला भूक कशी काय लागली नाही, असा प्रश्न सर्वांनाच पडला होता.

रात्र झाली. सगळे जेवायला बसले; पण मुसा जेवला नाही. त्याने दोन सफरचंदं खाल्ली.

सगळ्यांनी त्याला आग्रह केला; पण त्याने दुसरं काहीही खाल्लं नाही. चुटकीमुळे वजन कमी करण्याचं आपल्या मालकाने मनावर घेतलंय हे सगळ्यांनी ओळखलं. विनोदही केले. वजन कमी करण्यावर मुसाची लोक चेष्टाही करत असत.

मुसा रात्री आकाशातले तारे पाहत होता. तो नेमका कुणाला आठवत होता हे कळायला मार्ग नव्हता; पण त्याला त्याची चुटकी खूप आठवत होती. आपलं वजन कमी व्हावं यासाठी पोर किती झटत आहे. किती छोटासा जीव; पण काळजी अगदी मोठ्या शहाण्या माणसासारखी. शेवटी मुसाला तरी तिच्याशिवाय कोण होतं या जगात. ‘हा समुद्र,वादळं, ही मोठी नाव, सहकारी आणि या सगळ्या कोलाहलापासून दूर एक निवांत, एक सुखाची, आनंदी जागा म्हणजे माझी चुटकी.’ असा विचार करता करता त्याच्या डोळ्यांच्या कोपऱ्यातून आसवं ओघळू लागली. त्याने पटकन ती पुसून टाकली. पहाट होऊ लागली होती. मंद गारवा वाऱ्यासोबत अंगाला स्पर्श करत होता. उत्तरेचा तारा ठळक दिसत होता. मुसाच्या चेहऱ्यावर एक मंद हसू होतं.

दिवस उगवताच सगळे कामाला लागले. मुसाला कडाडून भूक लागली होती; पण चुटकीची ताकीद आठवली आणि त्याने जेवणाचा विचार रद्द केला. तो काम करत राहिला. ऊन वाढू लागलं तसा मुसा अस्वस्थ होऊ लागला. त्याचा हात थरथरू लागला. आपल्या मालकाला नेमकं काय होतंय हे कळायच्या आधीच मुसा भोवळ येऊन खाली कोसळला. सहकारी गडबडले. गांगरून गेले. त्याला पटकन पाणी पाजून सावलीत आणलं. त्याला थोडा आराम मिळाला. सहकाऱ्यांनी त्याला खायला घातलं.

सगळ्या सहकाऱ्यांनी एकमत केलं आणि नाव परत किनाऱ्याकडे फिरवली. मुसाचं कुणीच ऐकलं नाही. परतीचा प्रवास करत नाव बंदराला लागली. सहकाऱ्यांनी गडबड करून त्याला डॉक्टरांकडे आणलं.

''उपाशी राहिल्याने चक्कर आली.'' डॉक्टरांनी निदान केलं.

चुटकीला कुणी काहीही सांगणार नाही असा दम मुसाने सर्वांना दिला होता. कुणीही तिला काहीही सांगणार नव्हतं. डॉक्टरसुद्धा! पण कुणी सांगण्याची वेळ आलीच नाही. चुटकीला कुणीतरी तिच्या अब्बाला दवाखान्यात नेलंय ही बातमी आधीच दिली होती. ती तडक दवाखान्यात येऊन पोचली होती. डॉक्टर काय बोलले हे तिने ऐकलं होतं.

''मुजे मालूम है, तू मेरी वजह से बीमार हुआ।'' असं म्हणून ती रडू लागली. मुसा तिची समजूत घालत होता; मात्र ती काही ऐकत नव्हती.

''अब्बा, तू जसा आहेस तसा चांगला आहेस. जाडजूड अब्बा चालेल मला. फक्त थोडा थोडा व्यायाम कर. जेवण बंद नको करूस. नाहीतर मीही जेवणार नाही.'' असं म्हणून ती अब्बाच्या गळ्यात पडली. डॉक्टरसह सगळेच हसत होते. चुटकीचा अब्बावर आणि अब्बाचा चुटकीवर किती जीव आहे हे सगळेचजण पाहत होते.

मुसाने व्यायाम करायचं कबूल केलं आणि चुटकीला आपल्या पोटावर झोपू दिलं. तिच्या डोळ्यातलं पाणी त्याच्या मनापर्यंत पोचत होतं. चुटकीच्या डोक्यावरून हात फिरवताना त्याच्या चेहऱ्यावर एक मंद हसू होतं. पहाटेचा तारा पाहतानाचं आपलं हसू त्याला आठवलं आणि तो गाढ झोपी गेला.

चुटकीच्या हाती पदक

“चुटकीऽऽऽऽएऽऽऽचुटकीऽऽऽऽ” शेजारच्या दादींचा आवाज घरभर घुमला.

चुटकी तिच्या बाहुलीबरोबर खेळत होती. तिला अंघोळ घालून तिला सजवत होती.

दादींचा आवाज ऐकून तिने बाहुली बाजूला ठेवली. काम नाही ऐकलं तर दादी खूप चिडेल आणि काहीही बोलत बसेल. आपल्याला आई असती तर असं कुणाचं बोलून घ्यावं लागलं नसतं.

चुटकी धावतच गेली.

“दादी, बोलो, क्या लाना है?” दादी काहीतरी वाचत होत्या.

“नूहबाबा के पास जा और ‘नबियों के किस्से’ ये किताब लेकर आ। जल्दी जा और जल्दी आ। रस्त्यात कुठं लटकून पडू नकोस.” शेवटची ताकीद चुटकीला खटकली.

ती तशीच धावत बाहेर आली.

नूहबाबा. गावातील एक जुना आणि हुशार माणूस. लांबसडक दाढी, डोक्यावर गोल, उंच टोपी, केसही लांब. जादूच्या कथेतले जादूगार असतात तसे ते दिसत होते. चुटकीचं आणि नूहबाबांचं खूप छान जमायचं. ती सतत त्यांच्याकडे येत राहायची. प्रश्न विचारत राहायची. नूहबाबा न थकता तिच्या प्रश्नांची उत्तरं द्यायचे. त्यांचा घोगरा आवाज चुटकीला खूप आवडायचा. त्यांना असंच ऐकत राहावं असं तिला वाटे.

नूह हे एका पैगंबरांचं नाव. ज्यांनी एक मोठं जहाज बनवून या धरतीवरच्या मानव, पक्षी, प्राणी यांचं जलप्रलयातून संरक्षण केलं होतं. नबी म्हणजे प्रेषित. देवाचे दूत. असलं बरंच काही नूहबाबा तिला वाचायला देत, सांगत असत.

नूहबाबांच्या घरी हजारो पुस्तकं होती. अरबी भाषेतील पुस्तकं जास्त होती. चुटकीला अरबी भाषा वाचता येई; मात्र तिचा अर्थ कळत नसे. ती हिंदी पुस्तकं वाचत असे.

“सलाम अलैकुम, बाबा...” चुटकीने आत येताच सलाम केला.

एका आरामखुर्चीत रेलून बसलेले नूहबाबा जागे झाले. पुस्तक छातीवर तसंच होतं. वाचता वाचता झोप लागलेली त्यांना.

त्यांनी चष्मा काढून डोळे चोळले. “वालैकुम अस्सलाम, बेटा!” बाबांनी चुटकीला ओळखलं.

“आओ चुटकी बिटिया. काय काम काढलं आज या सुंदर परीनं माझ्याकडे?” बाबांनी तिला जवळ घेतलं. समोर उभं केलं.

“दादींना ‘नबियों के किस्से’ पाहिजे. त्यांनी तुमच्याकडून आणायला सांगितलंय.”

“अच्छा! एक काम कर. आतल्या खोलीत मोठं पिवळं कपाट आहे ना, त्यात आहे ते पुस्तक. खूप जुनं आहे, पिवळ्या रंगाचं कव्हर आहे त्याला. बाकी

कुठल्या पुस्तकाला हात नको लावू.''

"बरं!'' असं म्हणून चुटकी आत पळाली. खूप मोठं आणि सुंदर घर होतं बाबांचं. जिथं पाहावं तिथं पुस्तकं आणि नानाविध प्रकारच्या वस्तू. अलीबाबाच्या गुहेत आल्यासारखं वाटे.

चुटकी कपाटाजवळ गेली. एकच पिवळं पुस्तक होतं तिथं. तिने ते उचललं. दरवाजा लावणार, इतक्यात एक लाल रंगाचं मोठं पुस्तक जागचं हलल्यासारखं वाटलं. चुटकीला वाटलं कपाट हललं असेल. तिने दरवाजा लावला,तर ते पुस्तक पुन्हा हललं. चुटकी आता घाबरली. तरीही धाडस करत तिने कपाट पुन्हा एकदा उघडलं. नेमकं काय आहे पुस्तकात, हे तिला जाणून घ्यायचं होतं.

ते पुस्तक इतर पुस्तकांपेक्षा वेगळं होतं. जाडजूड, लांब आणि विशेष म्हणजे लालसर चमकदार रंगाचं. त्यावर खूप सुंदर नक्षी कोरलेली होती. त्यावर हात फिरवताच ते पुस्तक एकदम लकाकून गेलं. चुटकीला क्षणभर एखादी जादूच झाल्यासारखी वाटली. ते पुस्तक तिला आपल्याकडे आकर्षित करत होतं. तिने जवळच्याच टेबलावर ते जाडजूड पुस्तक ठेवून दिलं. त्या पुस्तकाचं कव्हर खूप वेगळं होतं. 'समुद्र-रहस्य' हे नाव वर ठळक अक्षरांत लिहिलेलं होतं. त्या पुस्तकावर दोन दरवाजे कोरलेले होते. आपण दरवाजा उघडतो अशा पद्धतीने ते उघडायचं होतं. चुटकी खूप उत्सुक होती ते वाचायला, उघडून पाहायला. तिने पुस्तकावर असलेली आडवी छोटी पट्टी (दरवाजा बंद केल्यावर लावतात तशी) बाजूला सारली. दरवाजा करकरावा अगदी तसा आवाज करत ते दरवाजे उघडले गेले. चुटकी क्षणभर घाबरली. तिच्यासाठी हे सर्व अद्‌भुत होतं. एखाद्या परीकथेसारखं.

दरवाजा उघडताच चुटकी दचकली. पहिल्या पानावर एक मुखवटा छापलेला होता. डोळे मिटलेले. खूप विचित्र दिसत होतं ते. तिने घाबरत घाबरत त्यावरून हात फिरवला. ती थरथर कापत होती. घशाला कोरड पडलेली; पण पुस्तकात काय आहे हे तिला समजून घ्यायचं होतं. उत्सुकता शांत बसू देत नव्हती. तिने पानावरून हात फिरवला आणि काय आश्चर्य!!! तो मुखवटा एकदम जिवंत झाला. त्याने आपले डोळे उघडले. चुटकी घाबरून मागेच सरकली. आता ती

तिथून पळायच्या तयारीत होती. इतक्यात त्या मुखवट्याने बोलायला सुरुवात केली.

“घाबरू नकोस चुटकी.” चुटकी जाम टरकली.

‘याला आपलं नाव कसं काय माहीत?’ तिच्या मनात भीती आणि विचार दोन्ही गोष्टी चमकून गेल्या.

“तू...तू...तुम्हाला माझं नाव कसं काय माहीत? कोण आहात तुम्ही?” चुटकी चाचरत बोलली.

“हा हा हा ...तू जे वाचत आहेस ते पुस्तक म्हणजे मीच!”

जादूच्या पुस्तकाविषयी ऐकलं होतं; पण, असं बोलणारं आणि आपल्याला ओळखणारं पुस्तक ती पहिल्यांदा पाहत होती.

“हे पुस्तक वाचण्याआधी तुला एक इच्छा सांगावी लागेल. तुझी इच्छा जर माझ्या दोन्ही बाजूला उभ्या असणाऱ्या या दोन रक्षकांना आवडली तर ते तुला पुस्तक वाचण्याची परवानगी देतील. नाहीतर तुला हे पुस्तक वाचता येणार नाही. आणि हो, तुला फक्त एकच संधी असेल.”

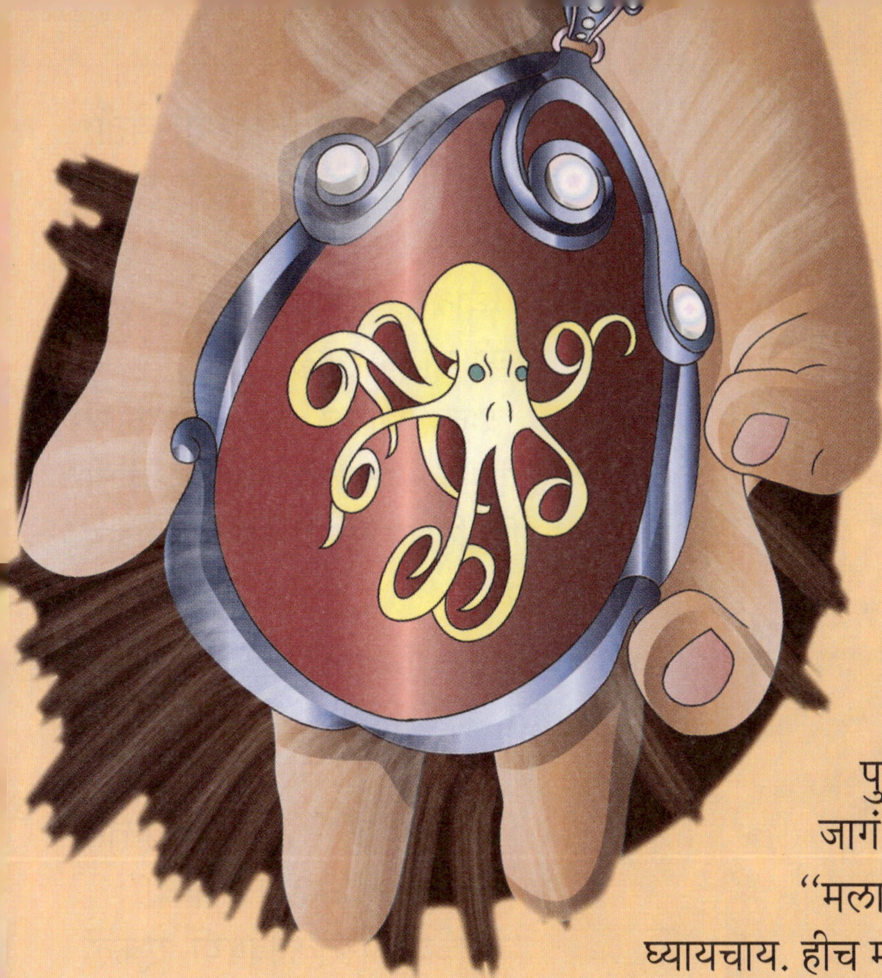

चुटकी हे नियम ऐकून विचारात पडली. नेमकी कोणती इच्छा सांगावी? की आपली नेहमीची इच्छा सांगावी? पण ती त्यांना नाही आवडली तर? तर काय करायचं?

“बोल चुटकी,” पुस्तकाने तिला तंद्रीतून जागं केलं.

“मला माझ्या अम्मीचा शोध घ्यायचाय. हीच माझी इच्छा आहे.”

ही इच्छा ऐकून पुस्तक काळजीत पडलं. आता काय उत्तर द्यावं हे त्याला कळेना.

“चुटकी. ही इच्छा सहज पूर्ण होणार नाही. खूप कठीण इच्छा व्यक्त केलीस तू. दुसरी एखादी इच्छा सांग.”

“नाही. याहून वेगळी माझी इच्छाच नाही. तुम्ही जर ही पूर्ण करू शकत नसाल तर राहू द्या. मी हे कुणालाच नाही सांगणार की तुम्ही एवढे मोठे असूनही एका छोट्या मुलीची साधी इच्छा पूर्ण करू शकले नाही. असू द्या. जाते मी.”

चुटकीच्या या बोलण्याने पुस्तकाला खूपच लाजल्यासारखं वाटलं. त्याचा अपमान झाला होता; कारण ते चुटकीची इच्छा पूर्ण करू शकत नव्हतं; कारण ते त्याच्या हातात नव्हतं.

“ठीक आहे. हे दोन रक्षक जो निर्णय देतील तो मला मान्य असेल.” अखेर

पुस्तकाला नमतं घ्यावं लागलं.

दोन रक्षकांनी आपसात चर्चा केली आणि एक ठाम निर्णय घेतला.

'जेव्हापासून सृष्टी निर्माण झाली आहे, आदम आणि हव्वा येथे आले तेव्हापासून मानव केवळ स्वार्थ पाहत आला आहे. स्वार्थासाठी त्याने कोणताही मार्ग सोडला नाही. जगताचा निर्माता मानवी स्वभावाला जाणतो, म्हणूनच कोणत्याही वैयक्तिक स्वार्थाला इथं किंमत नाही. मुली, तुझी इच्छा जगाच्या हिताची असती तर आम्ही ती क्षणात मान्य केली असती. पण, तसं झालं नाही. तेव्हा तुला हे पुस्तक पुढे वाचता येणार नाही. तू खूप लहान आहेस. तुझं आईविषयीचं प्रेम आम्ही समजू शकतो. या विश्वात केवळ एकच भावना सर्वांत पवित्र आहे. आणि ती आहे 'प्रेम'! तुझ्यासाठी आम्ही एक मदत करू शकतो. या पुस्तकाच्या मागच्या पानावर एक पदक आहे. ते समुद्रदेवता 'पॅसिईडॉन'च्या गळ्यातील पदक आहे. तुला जेव्हा म्हणून पाण्यात काही गरज लागेल तेव्हा तेव्हा ते पदक तुला मदत करेल. हे पुस्तक समुद्रांच्या रहस्यांचं आहे. त्यात तुला सहभागी करून घ्यायला आम्हाला निश्चित आवडलं असतं. एवढी गोड आणि हुशार मुलगी आम्ही आजवर पाहिली नाही. तुझ्या वाटेवर खूप अडचणी असतील. पण, तू न घाबरता त्यांचा सामना करशील असा आम्हाला पूर्ण विश्वास आहे. पदकाची काळजी घे. आणि एक गोष्ट नेहमी लक्षात ठेव; आपली प्रत्येक इच्छा ही जगाच्या कल्याणासाठी असावी.' एवढं बोलून ते दोघे पुन्हा पहिल्यासारखे गप्प झाले.

चुटकीने पुस्तकाचा दरवाजा पुन्हा लावला. आडवी पट्टी सरकवली.

पुस्तक उलटं केलं.

त्यावर एका हातात एक लाटांसारखं त्रिशूल घेतलेल्या पुरुषाचं चित्र कोरलेलं होतं. पीळदार शरीर आणि तेजस्वी चेहरा. त्याच्या गळ्यात एक पदक चमकत होतं. अत्यंत तेजस्वी असं.

"तुझ्या हाताने ते पदक तू काढून घेऊ शकतेस. ते सतत तुझ्याजवळ ठेव. पाण्यात ते तुला मदत करेल. याचा उपयोग तुला संहारक कामासाठी करता

येणार नाही. तू याचा उपयोग नेहमी चांगल्या कामासाठी करशील असं वचन दे.''

'पॅसिईडॉन'ने आपला एक हात पुढे केला. चुटकी भांबावली होती. काही सुचत नव्हतं.

तिने त्याच्या हातात हात दिला. 'दिलं वचन' असं म्हणून तिने हलक्या हाताने ते पदक काढून घेतलं.

ते नीट पाहून घेतलं. त्यावर ऑक्टोपसचं चित्र होतं. विशाल ऑक्टोपस.

''हा 'अल्फूझल.' ऑक्टोपसांचा राजा. जो समुद्रावर राज्य करतो. तुला जेव्हा गरज लागेल तेव्हा तू या पदकावरून हात फिरव. तुझ्यासाठी मदत पोच होईल.''

एवढं बोलून 'पॅसिईडॉन' पहिल्यासारखा चित्र बनून गेला.

चुटकीने पुस्तक जाग्यावर ठेवून दिलं.

दादीनी सांगितलेलं 'नबियों के किस्से' पुस्तक उचललं. बाहेर आली.

नूहबाबा अजूनही वाचतच होते. चुटकीला चष्मा थोडा खाली करून पाहत ते आपल्या घोगऱ्या आवाजात बोलले,

''ते पदक काळजीपूर्वक वापर. जपून ठेव. आणि महत्त्वाचं...आपली कोणतीही इच्छा ही जगाच्या कल्याणासाठी असायला हवी, हे कधीही विसरू नको.''

चुटकीला आज धक्क्यावर धक्के बसत होते. आता आत जे घडलं ते नूहबाबाला कसं काय समजलं? की ते पुस्तक त्यांनीच जाणून-बुजून तिथं ठेवलं होतं? माझ्या हाती यावं म्हणून? काय चक्र आहे? नेमकं का हे घडत आहे? माझ्या आईशी निगडित अशी कोणती गोष्ट आहे? मला हे शोधावं लागेल. खरंच शोधावं लागेल.

असं काहीतरी पुटपुटत ती बाहेर पडली. डोक्यातून पुस्तक, नूहबाबांचं बोलणं काही जात नव्हतं. चुटकी घराकडे वेगाने निघाली होती. अंधार वाढत होता आणि कधी नव्हे ते समुद्राच्या लाटांचा उग्र आवाज सगळीकडे घोंगावत होता.

वादळापूर्वीची शांतता

आभाळात अचानक गडगडाट वाढला. आभाळ भरून आलं. काळ्या सावल्या आभाळभर ढग बनून फिरत होत्या. ते ढग असे का आहेत, चुटकीला प्रश्न पडला होता. ती पुस्तक घेऊन घरी येताना तिला ते आभाळ भीती दाखवतंय असं वाटू लागलं. ती घाबरली आणि घराकडे धावतच सुटली.

''दादी, हे घ्या पुस्तक.'' दादींना पुस्तक देऊन ती बाहेर जाणार, इतक्यात दादींचं लक्ष तिच्या गळ्यातल्या पदकाकडे गेलं.

''ये क्या पेहन रखा है तूने?'' दादींना शंका आली.

चुटकी घाबरली. दादींनी अब्बाला सांगितलं तर माझी खैर नाही.

''काही नाही दादी. असंच घातलंय. ठेवते काढून.'' चुटकी तिथून निसटली.

तिने फ्रॉकच्या झालरीत ते पदक लपवलं.

''असलं कायबी घालू नये गळ्यात.'' दादीचा आवाज येतच होता.

दादी अब्बाला सांगणार याची चुटकीला खात्री होती.

चुटकी घरी आली तेव्हा अब्बा घरी आलेला. तो समुद्रावर जायच्या तयारीला लागला होता.

''कुठं गेलं होतं माझं पिल्लू?''

''दादीनी पुस्तक आणायला सांगितलेलं नूहबाबाकडून. अब्बा, आज आभाळ भरून आलंय. वादळ होईल. तू आज जाऊ नको ना समुद्रावर.''

तिच्या या बोलण्यावर अब्बा मोठ्याने हसला. ढग गडगडल्यासारखा.

''अरे बिटिया...आज तो बादल साफ है। बघ तर नीट. आभाळ साफ आहे. त्यामुळे कसलाच धोका नाही. समुद्र आज कमालीचा शांत आहे. एवढा शांत समुद्र आजवर मी कधीच पाहिला नाही.

''तू काळजी घे. जेवण वेळेवर कर.जातो मी. अल्लाह हाफिज.''

अब्बा गडबडीने निघाला.

चुटकी बाहेर येऊन आकाशाकडे पाहत होती. आकाशात पांढरे ढग धावत होते. पांढऱ्या अब्दुल गब्दुल मेंढ्या खेळत असल्यासारख्या वाटल्या. कुठेच वादळाचं चिन्ह दिसत नव्हतं. मग मघाशी आपण काय पाहिलं? चुटकी विचारात पडली.

“अब्बा, थांब! मी पण येते.” चुटकी पळतच मागोमाग गेली.

दोघं गप्पा मारत बंदरावर आले. मोठी नाव आज तयार होती. शीड चढवलं होतं. बाकीचे लोक सामान भरत होते. तीन-चार दिवसांचा बेत होता. चुटकी अजून नावेच्या बाहेर होती. इतक्यात तिला पुन्हा आभाळ भरून आल्याचं जाणवलं. काळे ढग अक्राळविक्राळ होऊन तिला भीती घालत होते.

समुद्राची गाज वाढली होती. लाटांचा आवाज भयंकर वाटत होता.

इतक्यात तिचं लक्ष शिडाकडे गेलं. शिडाचं कापड विचित्र आकाराचं झालं होतं. एखादा मानवी देह असावा आणि त्याने तिला भीती घालावी असं वाटत होतं.

चुटकी आजवर झोपेत घाबरून उठून बसत असे. तिच्या स्वप्नात अनेक घटना घडत असत.

पण, असले भास तिला दिवसा कधीच झाले नव्हते.

“अब्बा, माझं ऐकशील? तू जाऊ नकोस आज समुद्रात. आज खूप मोठं वादळ येणार आहे.”

ती अजूनही घाबरली होती.

नावेवर एक उस्मान नावाचा वयस्कर कामगार होता. अनुभवी आणि मुसाचा खूप विश्वासू.

''बिटिया, तेरे बाप को मै बोला, आज मत जा। मगर सुनता नही। तू बोलून बघ. आज समुद्र शांत आहे म्हणतोय; पण ही वादळापूर्वीची शांतता आहे. अनुभवी नजर ओळखते सर्व.''

चुटकी अजून घाबरली.

पण, अब्बा काही ऐकायला तयार नव्हता. शिडावरची ती विचित्र आकृती आता मोठ्याने हसत होती. ढगांच्या आवाजात तिचा आवाज अजून भेसूर भासत होता.

सगळं साहित्य भरून झालं. नाव निघाली.

चुटकी अजून तिथंच उभी होती. हात हलवून निरोप देऊन ती माघारी वळली.

जड पाय ओढत ओढत ती निघाली. घरी आली. खाटेवर पडून राहिली.

दादी स्वैपाकघरात काहीतरी करत होती.

नेहमीप्रमाणे डब्यातले काजू, बदाम, खजूर खात असेल.

पण, आज चुटकीचं तिकडे लक्ष नव्हतं. तिच्या डोक्यात वेगळेच विचार चालले होते.

❋

मुसाची नाव आता जोरात प्रवास करत समुद्रात घुसली होती.

समुद्र शांत होता. उस्मान अजूनही अस्वस्थ होता. सतत समुद्राकडे पाहत होता.

खूप मोठं वादळ घोंगावतंय याची जाणीव त्याला झाली होती.

मुसाच्या कामगारांनी आता जाळं सोडायला सुरुवात केली होती. जाळं सोडून ते गप्पा मारत, मजा करत होते. इतक्यात कासऱ्याला ओढ लागू लागली.

कामगार खुश झाले. आता भरपूर माल मिळणार असं त्यांना वाटलं.

जाळं ओढलं गेलं. जोर लावून ओढावं लागत होतं.

मुसाला स्वतःला खाली उतरावं लागलं. जाळं गच्च भरलं होतं. मुसाच्या चेहऱ्यावर एक हास्याची लकेर चमकून गेली. उस्मान अजूनही अस्वस्थ होता.

मासे मोठ्या पेट्यांमध्ये भरले गेले. खूप मोठे मासे होते. काही तर खूप नवीन

जाती दिसत होत्या त्यात. उस्मानला त्यांची नावंही माहीत नव्हती.

पुन्हा जाळं टाकलं गेलं. सगळे पुन्हा आपल्या आपल्या कामात बुडाले.

इतक्यात पुन्हा जाळ्याला ओढ लागली. सगळे आता थोडे दचकले. आजवर असं कधीच झालं नव्हतं. तासन्तास वाट पाहावी लागत होती. पण, आज अचानक काय झालंय.

कासरे ओढले गले. यावेळीही सर्वांना जोर लावावा लागला.

यावेळी मासे आणखी मोठे होते. कासीम मासे बाहेर काढत होता.

इतक्यात तो खूप जोरात ओरडला. सगळे घाबरले.

त्याच्याकडे धावले. जाळीतल्या एका विचित्र माशाने त्याचा हात धरला होता.

त्याचे अणकुचीदार दात हातात रुतले होते. रक्त येऊ लागलं होतं.

मुसाने स्वत: पुढं होऊन तो मासा दूर केला. कासीम जखमी झाला होता.

उस्मान जवळजवळ ओरडलाच, ''या मेरे मौला! ये तो शैतान मछली है। हमारे यहाँ नही होती। मुसा, याआधीच्या माशांत काही मासे अनोळखी आहेत. हे मासे आपल्याकडे कधीच आढळत नाहीत. काहीतरी भयंकर घडतंय समुद्राच्या तळाशी.''

आता मुसाही थोडा काळजीत पडला. कासीम अत्यंत हुशार आणि आपल्या कामात तरबेज कामगार होता. त्याला झालेली दुखापत गंभीर आहे. साधी मलमपट्टी करून भागणार नाही.

''जाळं टाकायचं का मालक?'' कुणीतरी विचारलं.

मुसाची तंद्री तुटली.

''अ...अ..हां ,...टाका जाळं.'' मुसा काठाजवळच उभा होता.

जाळं टाकलं गेलं. उस्मान मासे काढायला थांबला.

सर्वांना पुन्हा तोच अनुभव आला. कासऱ्याला पुन्हा ओढ लागली.

उस्मानने एकदा मुसाकडे पाहिलं. ''ओढू का?'' असं मानेनेच विचारलं.

मुसाने होकारार्थी मान डोलावली.

कासरा ओढला गेला. वजन जास्त होतं. ओढ लागत होती.

मासे काढले तेव्हा सगळेच दचकले आणि खुशही झाले. एक छोटासा डॉल्फिन त्यात आला होता. तो थोडा तडफडत होता.

"मुसा, ते बघ." उस्मानने हात केला होता तिकडे सगळेच पाहू लागले.

एक मोठा डॉल्फिन त्यांच्या नावेकडे येत होता. मुसाला हसू आलं.

त्याने ते छोटं डॉल्फिनचं पिल्लू हातात घेतलं.

त्याचे डोळे मलूल झाले होते. त्याने नुसताच 'ऊऊऊ' असा आवाज केला.

मुसाने त्याच्या अंगावरून हात फिरवून त्याला पाण्यात सोडून दिलं.

ते पिल्लू धडपडत त्याच्या अम्मीच्या दिशेने गेलं. दोघे मिळून निघून गेले.

मुसाला चुटकी आठवली. तो मंदसं हसला.

उस्मानही हसला.

"वळवा नाव माघारी." मुसाने हुकूम सोडला.

उस्मानला आनंद झाला. आपण वादळापूर्वी किनाऱ्यावर पोचू शकू याची खात्री त्याला वाटू लागली होती. तरीही मनात अजून धाकधूक होतीच. निसर्गाचं भयंकर रूप त्याने अनुभवलं होतं. मुसा कुठल्याही संकटाला भिडू शकतो याचा विश्वास त्याला होता.

पण, निसर्गाची गणितं खूप अवघड असतात.

सर्वांनाच भरपूर मासे मिळाल्याचा आनंद होता. सगळे आनंदात होते.

इतक्यात अख्खी नाव एका धक्क्याने हादरून गेली. काहीजण तर तोल जाऊन पडले.

उस्मान सावध झाला.

"मुसा, तुफान. सावध सगळे."

नावेवर एकच गोंधळ सुरू झाला. नाव अजूनही जोराने हेलकावत होती.

मुसाने नावेचा ताबा घेतला. आपलं नाव चालवण्याचं कौशल्य पणाला लावून तो नाव बाहेर काढत होता. लाटांचं तांडव सुरू होतं जणू. आकाश काळंकुट्ट झालं होतं. ढगांनी सैतानाचं रूप घेतलं होतं जणू.

लाटांच्या भयंकर तडाख्यात नावेवरचं सामान अस्ताव्यस्त झालं. कासीम आधीच जखमी झाला होता. आता तर तो खाटेवरून खाली पडला. हातातून रक्त येऊ लागलं होतं.

'ए खुदा, मदद कर!' उस्मान मनात प्रार्थना करत होता.

अचानक नावेला खालून कुणीतरी जोराची टक्कर दिली. नावेने एकच

हेलकावा खाल्ला आणि नाव जवळजवळ पाण्यात पालथी होण्याच्या बेतात असताना मुसाने आपलं बळ पणाला लावून नाव सरळ केली. शीड तुटलं होतं. नावेत पाणी भरलं होतं. सगळे कामगार पाणी बाहेर फेकू लागले. पाण्याबरोबर काही विचित्र मासेही आले होते. मुसाच्या नजरेस एक अद्‌भुत प्राणी पडला. तो दिसायला काहीसा मांजरासारखा होता; पण त्याच्या तोंडाच्या ठिकाणी एक लांब पट्टी आणि त्याच्या पुढे अर्धवक्र भाग होता. तो जमीन खोदण्यासाठी त्याचा वापर करत असावा. त्याचा रंग फार सुंदर होता. मुसाने त्याला अलगद उचलून समुद्रात सोडून दिले.

नाव थोडी पुढं आली आणि पुन्हा एक धक्का बसला. मुसाला आता भीती वाटू लागली. कामगार मिळून सोळाजण होते नावेवर. त्यांचा जीव धोक्यात आहे, धोका अजून टळलेला नाही. नावेखालचं पाणी अचानक घुसळलं गेलं. काय होतंय याचा कुणालाच अंदाज येत नव्हता.

मुसाने नाव वेगाने पुढं रेटली. मागे पाण्यात प्रचंड उलथापालथ सुरू होती.

सर्वांना फक्त एक काटेदार लांब शेपटी तेवढी दिसली.

“ते काय होतं?” मुसाने उस्मानला विचारलं.

“माहीत नाही. कालपासून मी खूप विचित्र मासे आणि प्राणी पाहतोय. आताचा हा प्राणी खूप मोठा आणि भयंकर आहे, तोच नावेला उलथवत होता.” उस्मान अजून चिंतेत होता.

“हो, ते आलं लक्षात; पण त्याला कुणी अडवलं? आणि का? इथं आपल्याला मदत कोण करणार?” मुसाच्या मनात अनेक प्रश्न होते.

पण, संकट टळलं होतं. मुसाने नावेचा ताबा घेतला.

‘चुटकीला कसं समजलं वादळ येणार ते?’ मुसाच्या मनात नवा प्रश्न आकार घेऊ लागला होता.

नाव किनारा जवळ करत होती आणि पश्चिमेला सूर्य मावळतीला झुकला होता. समुद्रपक्षी झुंडीने उडत होते. सांजवारा मंदपणे वाहत लाटांशी खेळत होता.

मुसा डेकवर गार वारा अंगावर झेलत उभा होता. आणि नावेखाली दोन अजस्र कासव रक्षक बनून नावेबरोबर चालले होते.

चुटकीचं स्वप्न

मुसाने आणलेला माल बाहेर काढून मार्केटला पोचवला. त्यातले काही मासे तिथल्या व्यापाऱ्यांनाही नवीन होते. जाणकारांना विचारून ते मासे विक्रीला नेले गेले. काही मासे विषारी होते. सगळेच अचंबा करत होते, की असे मासे आले कुठून? मुळात वादळ झालं यावरच कुणाचा विश्वास बसेना; कारण किनारा तर एकदम शांत होता. सगळ्यांनी मुसा आणि उस्मानला वेड्यात काढलं. मुसा समजून चुकला होता, काहीतरी वेगळंच घडत आहे. उस्मान आणि चुटकी आपल्याला सावध करत होते; पण आपणच नाही ऐकलं. आपण ऐकायला हवं होतं.

“पण, चुटकीला हे सर्व कसं समजलं?” मुसाला आता वेगळीच चिंता सतावत होती. तो शहारून गेला. भीतीचा काटा त्याच्या अंगावर फुलून गेला. शंकेने मन व्याकुळ होऊन गेलं.

तो घरी आला तेव्हा चुटकी झोपलेली होती. मुसा तिच्या जवळ येऊन बसला. चुटकी झोपेत मंदसं हसत होती. मुसाने तिच्या केसांतून, गालावरून हात फिरवला. चुटकीने त्या स्पर्शाने कूस बदलली. ‘या अल्लाह, माझ्या लेकरावर कोणतंही संकट येऊ देऊ नको’ अशी दुवा करत तो उठला. थकव्याने त्याला झोप येत होती; परंतु काळजीने मन पोखरलं जात होतं. त्याने पुन्हा एकदा चुटकीकडे पाहिलं आणि आपल्या डोक्याला बांधलेला रुमाल काढायला सुरुवात केली. रुमाल सोडता सोडता त्यात अडकून बसलेला एक छोटासा शंख उडून चुटकीजवळ जाऊन पडला. चुटकीने कूस बदलली आणि तिच्या हाताला त्या शंखाचा स्पर्श झाला. क्षणभर काहीतरी प्रकाशित झालं आणि चुटकी मंदसं हसली. आपणाला कुणीतरी प्रेमाने स्पर्श करतंय असा भास तिला होऊ लागला आणि अचानक एक धुक्याची चादर तिच्या अंगावर पांघरली गेली. चुटकी एका स्वप्नाच्या राज्यात जाऊ लागली होती.

चुटकी झोपेतून उठली आणि आपले डोळे चोळू लागली. तिने पाहिलं तेव्हा ती दचकली. ती चक्क समुद्रात होती. आसपास पाणीच पाणी. कित्येक तऱ्हेचे

मासे तिथं गप्पा मारत, हसतखेळत होते. कुणी पकडापकडी खेळत होते. चुटकीने पुन्हा डोळे चोळले. तिला हे सगळं अचंबित करत होतं. तिने आसपास नजर फिरवली. निळसर प्रकाश सगळीकडे पसरला होता. ती पाण्यात असूनही तिला सर्व कसं स्पष्ट दिसत होतं. तिला प्रश्न पडला की आपण पाण्यात जिवंत कसे? तिला काहीतरी आठवलं आणि तिने गळ्यातल्या पदकाकडे पाहिलं. ते एका विलक्षण निळ्या प्रकाशाने चमकत होतं. चुटकीने ओळखलं. हा सारा प्रभाव या पदकाचा आहे. ती सावध होते आहे तोवरच एका विलक्षण आवाजाने ती दचकली.

"हेल्लो, चुटकी. समुद्र राज्यात तुझं स्वागत आहे."

चुटकी वळली. तिने समोर जे पाहिलं ते पाहून तर ती जास्तच घाबरली.

एक छोटासा डॉल्फिन मासा तिच्या समोरून तरंगत होता आणि तिचं स्वागत करत होता. तिने आजवर डॉल्फिन पाहिला नव्हता. मासा बोलू शकतो यावर तिचा लवकर विश्वास बसेना. ती अजून घाबरलेलीच होती.

"घाबरू नको. मी तुला अजिबात काही करणार नाही. इतकंच काय, या समुद्रातला एकही चांगला प्राणी तुला इजा करणार नाही. तू आमची पाहुणी आहेस. मी तुझा मित्र डॉल्फी. तुझ्या अब्बाचे खूप उपकार आहेत माझ्यावर."

चुटकी सावरली. ती उठून बसली.

"चुटकी ऊठ. आज मी तुला या राज्याची सफर करवून आणतो."

"पण, मी पोहणार कशी?" चुटकीने प्रश्न केला.

डॉल्फी हसला. त्याने एक शीळ मारली. आणि थोड्या वेळात पाण्यात काहीतरी खळबळ माजली.

पाण्याचा एक जोरदार लोंढा चुटकीच्या अंगावर आला.

गिरकी घेऊन एक मोठा मासा तिच्यासमोर तयार होता. चुटकी कोड्यात पडलेली पाहून डॉल्फीने त्या माशाची ओळख करून दिली.

"हा, विमान मासा. तुम्ही लोक विमानाचा वापर करता, तसाच याचा समुद्रात वापर होतो. तू त्यावर आरामात बस. त्याच्या पाठीवरला तो त्रिकोणी भाग पकड.

आज तुला एका राज्याची सैर करवून आणतो.''

चुटकी घाबरत घाबरत विमान माशावर स्वार झाली. विमान माशाची रचना अगदी विमानासारखी होती.

विमान माशाने एक जोरदार सूर मारून पुढे पुढे जायला सुरवात केली. डॉल्फी सोबत होताच. तो समुद्रात जे काही दिसत होतं त्याची ओळख करून देत होता.

कित्येक रंगाचे, आकाराचे, लहान-मोठे मासे. वनस्पती, प्राणी. चुटकी हे सर्व पहिल्यांदा पाहत होती.

चुटकी जसजशी खोलात जात होती तसतसा निळसर रंग आणखी गहिरा होत होता. काळसर निळ्या रंगात मध्येच प्रकाश डोकावत होता.

आता ते जिथून जात होते तिथं दोन्ही बाजूला अंधुक असं काहीतरी दिसत होतं. चुटकीने काहीच विचारलं नाही. त्या उंच अशा भिंती होत्या हे तिला पुढे आल्यावर समजलं. तिने डोळे किलकिले करून पाहिलं. त्या भिंतीवर काही आकृत्या कोरलेल्या होत्या. काही सुंदर तर काही भयंकर.

''या मूर्ती कसल्या आहेत ?''

''ही समुद्रशिल्पं आहेत. समुद्रातील प्राचीन दंतकथा त्यावर कोरलेल्या आहेत. त्यावरचे कित्येक प्राणी आता पाहायलाही मिळत नाहीत.''

विमान मासा संथ गतीने पुढं सरकत होता. चुटकी त्या भिंती निरखून पाहत होती. आणि अचानक तिला काहीतरी चमकताना दिसलं.

चुटकीच्या अंगावर सर्रकन भीतीने काटाच आला. डॉल्फीने हे पाहिलं.

''घाबरू नकोस. तो त्या भिंतीचा रक्षक आहे. तुला त्याच्यापासून धोका नाही.''

ते पुढं पुढं जात राहिले. आता ते एका विशाल दरवाज्यासमोर उभे होते.

समुद्री ड्रॅगॉनच्या अक्राळविक्राळ तोंडाचा दरवाजा होता तो.

डॉल्फीने शीळ मारली. दरवाज्याच्या खोबणीतले दिवे सुरू झाले. आता निळसर पाणी अधिकच प्रकाशित झालं. चंदेरी निळा रंग दिसू लागला.

चुटकी सर्व काही बारकाईने पाहत होती.

दरवाज्याच्या वर ढालीच्या आकारावर एक प्रतीक कोरलेलं होतं.

एक समुद्री ड्रॅगॉन एका माणसाला गिळतो आहे; पण तो मानव आजच्या मानवासारखा नव्हता.

“हे ड्रॅगॉन राज्याचं प्रतीक आहे. हजारो वर्षांपूर्वी इथं समुद्री मानवाची वस्ती होती. तो मानव जरी तुमच्यासारखा दिसत असला तरीही, त्याच्या हातांची आणि पायांची रचना मात्र वेगळी होती. त्यांना कल्ले होते, हाताच्या आणि पायाच्या बोटांमध्ये पडदे होते. त्यामुळे त्यांना पोहणं शक्य होतं. त्यांना शेपटीही होती, माशांसारखी. पोहताना दिशा बदलण्यासाठी. उत्क्रांतीच्या काळात जमिनीवर माणूस तयार झाला; मात्र त्याचवेळी सागरी जीवनही उत्क्रांत होत होतं. इथंही मानव जन्माला आला. त्याने इथंही खूप काही केलं; मात्र समुद्री राक्षसाच्या पुढे त्यांचा निभाव लागला नाही. हे राज्य खूप सुंदर होतं.”

चुटकी सगळं ऐकून अवाक झाली.

"तुला रे कुणी सांगितलं हे सर्व?"

"आमचा इतिहास वाचलाय मी. आमचा 'समुद्र इतिहास' सगळं सांगतो आम्हाला. लाल रंगाचं खूप मोठं पुस्तक आहे ते. आमच्या सामुद्रलिपीत लिहिलेलं."

चुटकीला आठवलं ते नूहबाबांच्या घरचं ते लाल रंगाचं पुस्तक. ते पुस्तक समुद्र इतिहासाचं होतं तर! तिला ते वाचायला नव्हतं मिळालं. 'आपली कोणतीही इच्छा ही जगाच्या कल्याणासाठी हवी.' ती पुटपुटली.

डॉल्फीने हे ऐकताच त्याला चुटकीचं खूप कौतुक वाटलं.

चुटकीला लिपी म्हणजे काय ते नाही समजलं; मात्र आपल्या पुस्तकात उर्दू भाषा असते तशीच यांचीही भाषा असेल असं तिला वाटलं. ते पुढं जात होते. आता खूप मोठ्या भिंती दिसत होत्या. त्यावर अनेक आकृत्या कोरलेल्या होत्या. चुटकीची नजर एका मूर्तीवर खिळली होती. एक सुंदर स्त्री अनेक सागरी राक्षसांच्या गराड्यात उभी आहे.

"ही कोण आहे?" चुटकीने आतुर होऊन विचारलं.

"ही खूप मोठी कथा आहे. तुला पुन्हा कधीतरी सांगेन." डॉल्फीने विषय टाळत तिला पुढे नेलं.

चुटकीला असं का वाटलं, की त्या मूर्तीतील ती स्त्री तिच्याकडेच पाहत आहे. ती तिला हाक मारते आहे. डॉल्फी आपल्यापासून काहीतरी लपवतोय अशी शंका तिला आलीच.

पुढे काहीसा अंधार होता. डॉल्फी पुढे कुठे गेला समजलंच नाही. आणि विमान मासा गडबडून गेला. त्याला समुद्राच्या या राज्याची फारशी माहिती नव्हती. विमान मासा एका वेगळ्याच दालनात घुसला. तिथं खूपच अंधार होता. इतक्यात तिला कसलासा विचित्र आवाज ऐकू आला. चुटकी प्रचंड घाबरली. तिने विमान माशाला घट्ट पकडून ठेवलं होतं. तिला खूप भीती वाटून ती थरथरत होती. विस्फारलेल्या डोळ्यांनी तिने अंधारात ठाव घेण्याचा प्रयत्न केला; परंतु

तिला काहीच दिसत नव्हतं. काही अंतरावर दोन डोळे चमकताना दिसत होते. आवाजही त्याच दिशेने येत होता. आवाज माकड आणि बेडूक यांच्याशी मिळताजुळता होता. चुटकी एकटीच होती. ती खूप घाबरलेली होती.

तो आवाज जवळजवळ येऊ लागला आणि चुटकीला तो प्राणी नेमका कसा आहे ते अंधुकसं दिसू लागलं. तो प्राणी बेडकासारखा पोहत येत होता; पण तो बेडूक नव्हता. चुटकीच्या अंगावर भीतीने काटा उभा राहिला.

माकडासारखं तोंड, पाय बेडकासारखे आणि पाठ कासवासारखी. असा विचित्र प्राणी तिने कधीच पहिला नव्हता. भीतीमुळे तिला बोलताही येईना. तिने विमान माशाला तिथून निघण्याची हाताने खूण केली. मासा हुशार होता. त्याने पूर्ण ताकद लावून यू टर्न घेतला आणि वेगाने पोहू लागला. तो प्राणी जवळ येत होता. चुटकी जीव मुठीत घेऊन बसली होती. तो आणखी जवळ आला. तो चुटकीवर हल्ला करण्याच्या बेतात होता. चुटकी घाबरून अर्धमेली झालेली. काहीतरी वाईट घडणार असं तिच्या मनानं हेरलं होतं.

तो विचित्र आवाज करणारा प्राणी चुटकीच्या अगदी जवळ येऊन ठेपला होता. विमान माशाच्या शेपटीचा त्याने जोरात चावा घेतला. दुखापतीमुळे माशाच्या पोहण्याचा वेग कमी झाला. तो विचित्र प्राणी चुटकीवर झडप घालणार, इतक्यात...इतक्यात हॅमरहेड माशाने त्या प्राण्याच्या डोक्यावर जोराचा आघात केला. तो आघात इतका जोरदार होता, की तो प्राणी विचित्र आवाजात किंचाळत अंधारात गुडूप झाला. चुटकी माशाच्या पाठीवर शुद्ध हरपून पडली होती. तिचा अचानक तोल गेला आणि ती खाली कोसळली.

कोसळताना ती मोठ्याने 'अब्बाऽऽऽऽ ....अब्बाऽऽऽऽ......बचाव!!' असं ओरडली.

ती पाण्यात गटांगळ्या खात खात खोल खोल अंधारात जात होती.

आपण आता संपलो. आता आपण मरणार, असं तिला वाटू लागलं.

इतक्यात तिला कुणीतरी आवाज देतंय असं वाटायला लागलं. दूर कुठून तरी आवाज येतोय असं वाटू लागलं. चेहरा दिसू लागला. तो अब्बासारखा दिसत

होता.

"डर मत. मी आहे इथं. चुटकी. डोळे उघड..."

अब्बाचा आवाज आणि स्पर्श तिने ओळखला. तिने अब्बाला घट्ट मिठी मारली.

"अब्बा, मला सोडून कुठंही जाऊ नको. तुला माझी शप्पथ आहे."

मुसाने तिला आपल्या मांडीवर घेतलं. तिच्या डोक्यावरून हात फिरवला.

"सो जा बेटा! तुझा अब्बा जिवंत आहे तोवर तुला कुणीही काहीही करू शकणार नाही. घाबरू नको."

चुटकी मुसमुसतच झोपी गेली. मुसाची काळजी आणखीनच वाढली होती.

स्वप्नाचा अर्थ ...

चुटकीला कवटाळून मुसा खूप वेळ बसला होता. फजरची अजान झाली तेव्हा तो भानावर आला. काळीज काळजीने अजून धडधडत होतं. त्याने कसलीशी दुआ म्हटली आणि चुटकीच्या मस्तकावर फुंकर मारली. चुटकी कधीची झोपी गेलेली होती. तिला व्यवस्थित झोपवून मुसा नमाजला निघून गेला.

चुटकी उठून आपल्या तयारीला लागली. शाळेतून आपण तसंच नूहबाबाकडे जायचं असं तिने पक्कं केलं होतं; कारण कालचं स्वप्न अजूनही तिला जसंच्या तसं आठवत होतं. त्या मूर्ती, ती सुंदर स्त्री, तो विचित्र प्राणी, समुद्री राक्षस या सगळ्याविषयी तिला जाणून घ्यायचं होतं. खूप प्रश्न विचारायचे होते. नूहबाबा जाणतात सर्व. त्यांना माहिती असेल याची.

चुटकी आपलं आवरून शाळेला निघूनही गेली, याचं शेजारच्या दादीला खूप आश्चर्य वाटलं. तिने स्वैपाकघरात मोर्चा वळवला. बदाम, काजू, बेदाणे यावर ताव मारायला. मुसा कामावर गेलेला, चुटकी शाळेत. दादीची चंगळ होती.

चुटकीचं शाळेतही मन लागेना. तिच्या लाडक्या बाजी सतत तिला विचारत होत्या; पण तिने "कुछ नही।" एवढंच उत्तर दिलं. ती शाळा सुटण्याची वाट पाहत होती. स्वप्नाचा अर्थ जाणून घ्यायचा होता. तिच्या लहान जीवाला काहीच तर्क करता येत नव्हता. तिला एक गोष्ट मात्र उमजली होती. समुद्र, तिथलं राज्य याच्याशी तिचा काहीतरी जवळचा संबंध होता. अन्यथा, या सर्व गोष्टी तिच्या जीवनात आल्याच नसत्या. आपण एका साध्या कोळ्याच्या घरात वाढतोय. अनाथ असलो तरी आपला अब्बा आहे. तो आपल्यावर जिवापाड प्रेम करतो. काळजी घेतो. अब्बा माझा खरा अब्बा नाही यावर तिचा अजूनही विश्वास बसत नव्हता. अब्बा काही लपवतोय का? की तो घाबरतोय? मला कवटाळून बसल्यावर त्याची ती विशाल छाती कशी धडधडत होती. कुणा परक्यासाठी असं का व्हावं? पण, आपला अब्बा मुळातच एक फरिश्ता आहे. त्याच्यावर कधीच कोणतं संकट येऊ नये, अशी ती सतत दुआ करत होती.

शाळा सुटली. चुटकीने आपला बस्ता उचलला आणि ती सरळ गावाबाहेरच्या नूहबाबाच्या घराकडे वळली. ते घर तिला आज जास्तच दूर भासत होतं. ती

लगबगीने जात राहिली. तिला सतत असं जाणवत होतं, की आकाशातले काळे ढग अक्राळविक्राळ रूप धारण करून तिला घाबरवत आहेत. तिला अडवू पाहत आहेत. तिला हेही माहीत होतं, की हे काळे भयंकर ढग फक्त तिलाच दिसत आहेत. इतरांना ते कधीच दिसणार नाहीत. तिने त्या काळ्या ढगांकडे लक्षच दिलं नाही; कारण तिला आपल्या स्वप्नाचा अर्थ शोधायचा होता.

ती घाईतच घरात शिरली. नूहबाबा आपल्या नेहमीच्या खुर्चीत बसून काहीतरी वाचत होते. पुस्तक छातीवर ठेवून तसेच झोपी गेले होते. चुटकी हसली. 'नूहबाबा नेहमी असंच करतात. वाचत बसतात आणि तिथंच झोपी जातात. मज्जा असते. त्यांच्या श्वासाबरोबर पुस्तकही खाली-वर होत राहतं. पुस्तकही झोपी जात असेल.' असा विचार करून ती हसली. आणि पुस्तकांच्या कपाटाकडे वळली. 'रहस्यमयी पुस्तके' असं जिथं लिहिलं होतं तिथं ती आली. चुटकी आता चांगलं वाचू लागली होती. त्यामुळे कुणाला वाचून दाखवा असं म्हणण्याची वेळ तिच्यावर नाही यायची.

तिने शेल्फवर पाहून घेतलं. ‘अद्भुत समुद्री जीव’ नावाचं एक पुस्तक तिला दिसलं. तिने पटकन ते उचलून घेतलं. ते जाडजूड पुस्तक तिला उचलतही नव्हतं. तिने ते कसंबसं उचलून टेबलावर ठेवलं. धूळ उडाली आणि ती नाकातोंडात जाऊन तिला एकदम ठसका लागला. ती जोरात खोकू लागली. तिच्या खोकण्याच्या आवाजाने नूहबाबा उठले. काय झालं हे पाहण्यासाठी त्यांनी आपली मान वळवली. चुटकी धडपडतेय हे पाहून त्यांना हसू आलं. टेबलाच्या आडून ती दिसतही नव्हती.

“सलाम अलैकुम चुटकी बेटा..” त्यांच्या गंभीर आवाजाने चुटकी एकदम घाबरली. त्या धडपडीत ते जाडजूड पुस्तक खाली पडलं. ती उचलू लागली तेव्हा नूहबाबा स्वत:च तिथं आले. त्यांनी खाली वाकून ते पुस्तक उचलून हातात घेतलं. घाबरत तिने “वालैकुम अस्सलाम बाबा....” एवढंच उत्तर दिलं.

“अरे व्वाह ! आमची चुटकी आज अद्भुत समुद्री प्राण्यांची माहिती वाचतेय तर...छान !”

चुटकीच्या चेहऱ्यावर जे प्रश्न होते त्याची जाणीव नूहबाबांना झाली होती. या लहान जीवाच्या वाट्याला आणखी काय काय येणार आहे कुणास ठाऊक ?

त्यांनी एक सुस्कारा सोडला.

चुटकीने नूहबाबांना खुर्चीवर बसवलं आणि ती स्वतः गुडघ्यावर टेकून त्यांच्या शेजारी बसली. तिने बाबांना सर्व स्वप्न सांगितलं. नूहबाबा विचारात पडले.

त्यांनी हातातल्या पुस्तकाची काही पानं चाळली. एका पानाशी येऊन ते थांबले. त्यांनी ते पान चुटकीच्या समोर धरलं.

“ये देखो बेटा, तू स्वप्नात जो प्राणी पाहिला तो हाच होता का?”

चुटकीने त्या पानावरील चित्र नीट पाहिलं. आणि ती थोडी घाबरली. किती विचित्र आणि भयंकर प्राणी आहे हा.

“हाच होता तो!” चुटकी एकदम ओरडली.

“याला काप्पा असं म्हणतात. एक पाण्यातील जीव. जो इतरांचं रक्त पिऊन जगतो. समुद्री राक्षसाच्या सैन्यातले शिपाई आहेत हे. हे सहसा पाहायला मिळत

नाहीत. लोक म्हणतात हे केवळ दंतकथांत आढळतात; पण मला वाटतं की हे समुद्राच्या अंधाऱ्या भागात आजही जिवंत आहेत. तुझं स्वप्न केवळ स्वप्न नाही चुटकी. या सर्वांच्या अस्तित्वाची जाणीव तुला करून देण्याची पूर्वतयारी आहे. तुला हे सर्व माहीत असायला हवं.''

''तू ज्या मूर्ती पाहिल्या त्या समुद्री मानवाची निर्मिती आहेत.''

''समुद्रात मानव होता?'' चुटकीने मध्येच प्रश्न विचारला.

''हो! पृथ्वीवर जेव्हा मानवाची उत्क्रांती सुरू होती तेव्हा पाण्याखालीही मानवी जमात उत्क्रांत होत होती; कारण शेवटी पहिला जीव पाण्यातच जन्माला आला; पण ही उत्क्रांती नेहमीच दुर्लक्षित राहिली. पाण्यातील मानव हा वेगळा दिसत होता. डॉल्फीने तुला सांगितलं अगदी तसाच. फक्त बदल हा होता, की त्याच्या पाठीमागे शेपटी होती. त्याला पाय होते, मस्त्यकन्येसारखे केवळ माशाचे अर्धे अंग नव्हते. तो मानव चालू शकत असे.

''त्याने खूप मोठे राज्य उभारले होते. ते महाल, राजवाडे, ती तटबंदी....समुद्री दगडावरची शिल्पकला. मानवाची ही कला तू स्वप्नात पहिलीच आहेस.'' नूहबाबांनी उठून एक पुस्तक काढलं. काही पानं चाळून त्यांनी एक पान उघडलं.

''हे बघ'' त्यांनी चुटकीसमोर ते पान धरलं.

चुटकी अवाक झाली. त्याच मूर्ती होत्या त्या. फक्त हाताने काढलेली चित्रं होती; पण हुबेहूब तेच!

तिने काही पानं घाईने चाळली.

''अरे, धीरज धरो बेटा. मला माहितीय तुला काय पाहायचं आहे,'' असं म्हणून नूहबाबा हसू लागले.

त्यांनी काही पानं उलटली आणि एक पान चुटकीच्या समोर धरलं.

''हेच हवं होतं ना तुला?''

चुटकीने गडबडीने पाहिलं आणि तिच्या डोळ्यांत चमक आली.

''हीच ती सुंदर स्त्री. जिसे मैने सपने में देखा था।'' तिने पुस्तक मांडीवर घेऊन पाहायला सुरवात केली. नूहबाबा गूढ हसत होते.

त्या स्त्रीकडे पाहून चुटकी हरखून गेली होती. किती सुंदर होती ती!

''बाबा, हिला बंदी का बनवलं गेलंय? इतक्या सुंदर स्त्रीला.''

''ती नुसती सुंदरच नाही, तर पराक्रमीही आहे. त्यामुळे तिला समुद्री राक्षसाने बंदी बनवलं. ती आत्ता कुठं आहे माहीत नाही. ती समुद्री राज्याची राजकुमारी आहे, इर्डा. जमिनीची देवता असा त्याचा अर्थ होतो. खरं तर समुद्रात राहणारी ही तरुणी जमिनीची देवता कशी, असा मला आधी प्रश्न पडायचा; पण आता तसं वाटत नाही.'' नूहबाबा गूढ बोलत होते.

''आता का वाटत नाही?'' कुतुहलाने चुटकीने विचारलं.

''तुला लवकरच या प्रश्नांची उत्तरं मिळतील. थोडा सब्र रखो बेटा.'' बाबांनी तिच्या डोक्यावरून प्रेमाने हात फिरवला.

''बाबा, मला असं का वाटतंय की माझा आणि या समुद्राचा, त्या राज्याचा आणि या स्त्रीचा काहीतरी संबंध जरूर आहे. मला सांगा ना काही.'

चुटकीच्या या बोलण्यावर बाबा फक्त हसले.

''वेळ आली की तुला सर्व काही समजेल.'' बाबा आता उठून बसायच्या तयारीत होते.

''बाबा, समुद्री सैतान दिसतो कसा? तो इब्लीससारखा आहे का? की तो एखादा हिंस्र प्राणी आहे?'' चुटकी पटापट बोलत होती.

''त्याला कधीच कुणी पाहिलेलं नाही; कारण तो कधी समोर आला नाही. त्याच्या सैन्यात अनेक विचित्र आणि भयंकर जीव आहेत. त्यामुळे त्याला समोर येण्याची गरजच पडत नाही. पण, तू त्याला पाहणारी पहिली व्यक्ती असशील. पुढच्या स्वप्नात तो तुला भेटणार आहे. तेव्हा, स्वप्न पडलं तर घाबरून जाऊ नको. तुला काही एक इजा होणार नाही. तुझे अनेक रक्षक तिथं आहेत. तुझा मित्र डॉल्फी तर आहेच. आणखी खूप मित्र तुला भेटतील.''

बाबा उठून उभे राहिले. त्यांनी शेल्फवरून एक पुस्तक काढलं.

'समुद्री राज्याची कहाणी'

'' हे वाच. आवडेल तुला. स्वप्नात काय बघायचंय हेही ठरवता येईल. फक्त एक गोष्ट लक्षात ठेव. घाबरू नको. तू कुणाची तरी दुआ आहेस. तुझे अनेक

रक्षक आहेत. तुझा अब्बा तुझा सर्वांत मोठा रक्षक आहे.''

इतक्यात मगरीबची अजान झाली.

''चलो बेटा, मुझे नमाज पढना है। मस्जिद नहीं जा पाता। पैर दर्द करते हैं। घर में ही पढूंगा। तुम घर जाव। अंधेरा पड रहा है।''

चुटकी पुस्तक छातीशी कवटाळून घराकडे चालू लागली.

आता तिला पक्कं माहीत झालं होतं, की त्या समुद्र, राज्य आणि स्त्रीशी तिचा काही ना काही संबंध जरूर होता. ती खुशीत होती.

नूहबाबा खिडकीतून चुटकीकडे पाहत होते.

''या अल्लाह, इस बच्ची पर अपनी रहमत हमेशा बनाये रखना। इसे अभी बहुत कुछ जानना है। हिची लढाई मोठी आहे. आता मला मुसाशी बोलावं लागेल. ती वेळ आता जवळ आलीय, की चुटकीला सर्व सांगावं लागणार आहे.'' असं म्हणून ते नमाजसाठी आतल्या खोलीकडे वळले.

चुटकीचा समुद्री प्रवास...

चुटकी पुस्तक घेऊन घरी आली. लगेच वाचायला सुरवात करावी असं तिला वाटलं; मात्र अब्बा झोपल्यावर आपण हे वाचायला हवं, असं तिने ठरवलं. ती घर आवरू लागली; पण मन सतत विचारात गढलं होतं. काय होणार आहे पुढे? जे सत्य आहे तेच स्वप्नात का येतंय? नूहबाबा म्हणाले, समुद्री राक्षस तुझ्या पुढच्या स्वप्नात तुला भेटेल. त्यांना कसं माहीत हे सर्व? त्यांना कुठून कळतं हे सर्व? आता स्वप्नाची वाट पाहायची का? की आपणच समुद्रात उतरायचं?

ती विचारात हरवून गेली. अब्बा आला याचीही जाणीव तिला झाली नाही. अब्बाही काळजीत होता. तो काही न बोलता बाहेर निघून गेला. चुटकीने पुस्तक काढून वाचायला सुरवात केली. समुद्री जीव आणि त्यांचं जीवन याविषयी खूप काही त्यात होतं; मात्र समुद्री राक्षसाविषयी त्यात काहीच नव्हतं. चुटकीला हुरहूर लागलेली.

रात्र वाढली आणि चुटकी तिथंच झोपी गेली. पुस्तक तसंच मांडीवर राहून गेलं. अब्बा घरात आला. त्याने चुटकीच्या मांडीवरचं पुस्तक उचलून बाजूला ठेवलं. तिला दोन्ही हातांनी उचलून बिछान्यावर झोपवलं. चुटकी शांत झोपली होती. मधूनच तिच्या मस्तकावर आठ्या पडत होत्या. मधूनच ती हसत होती. मुसा तिच्या चेहऱ्याकडे खूप वेळपर्यंत पाहत होता.

मुसाने चुटकी वाचत असलेलं पुस्तक पाहिलं आणि त्याला काहीतरी आठवलं. शेजारच्या दादीला चुटकीजवळ थांबवून तो तडक बाहेर पडला. काही वेळातच त्याच्या धिप्पाड देहाची सावली नूहबाबांच्या दारावर होती. त्याने कडी वाजवली. आतून काही प्रतिसाद आला नाही. त्याने पुन्हा कडी वाजवली. आतून नूहबाबांच्या खोकण्याचा आवाज आला. काही वेळात आतून कडी काढण्याचा आवाज आला.

अंधारात बाबांना काही ओळखू आलं नाही.

"कोण आलंय एवढ्या रात्री?" बाबांनी डोळ्यांवर एक हात आडवा धरत विचारलं.

"मैं हूँ....मुसा," मुसाचा धीरगंभीर आवाज ऐकून नूहबाबाला ओळख पटली.

“अरे, मुसा बेटा. ये. मी तुला बोलावणारच होतो. आता वेळ आलीय. आता आपण चुटकीशी सर्व बोलायला हवं.”

मुसा आत आला. एका मोठ्या खुर्चीत बसला.

नूहबाबा त्याच्या समोर बसले. बाबांनी जवळची सुरई व पेला मुसाच्या पुढे ठेवला. मुसा सुरईतलं पाणी प्याला. तो घामाघूम झाला होता. त्याचं पाणी पिऊन होताच बाबांनी बोलायला सुरवात केली.

“आता चुटकीला सर्व सांगायची वेळ आलीय. ती सत्याच्या खूप जवळ जाऊन पोचलीय. समुद्री राक्षस आता कधीही तिच्या समोर येऊ शकतो. तिला तुझी गरज आहे. तूच तिचा सर्वांत मोठा रक्षक आहेस.”

“हो बाबा, मलाही त्याची जाणीव झालीय. मी इर्डाला नाही वाचवू शकलो; पण, आता चुटकीला कुणीही हात लावू शकणार नाही.”

थोडा वेळ दोघेही शांत झाले. बाबांनी मुसाच्या मांडीवर हलकेच थोपटलं.

"मुसा, एक सत्य आजही तुझ्यापासूनही मी लपवून ठेवलंय." बाबा मुसाच्या डोळ्यांत पाहत बोलले. मुसा एकदम चमकला.

"कोणतं आणि कसलं सत्य?" मुसाच्या देहावर काटा फुलला होता.

"इर्डा जिवंत आहे. आणि ती समुद्री राक्षसाच्या ताब्यात आहे. तिची सुटका फक्त चुटकीच करू शकते. तू काहीही करू शकत नाहीस; कारण तू एक खूप चांगला सामान्य माणूस आहेस. चुटकी मानवी आणि जलमानवी गुण घेऊन आलीय. त्यामुळे तीच हे काम करू शकते. तू सतत तिच्यासोबत असायला हवं."

मुसा हरखून गेला. इर्डा जिवंत आहे हे ऐकूनच तो प्रचंड खूश झाला होता.

"बाबा, मी सतत सोबत आहे तिच्या. मी काय करायला हवं ते सांगा." मुसाने असं म्हणताच बाबांनी त्याच्या कानात काहीतरी सांगितलं. मुसा गंभीर झाला होता. रात्र वाढली. मुसा घराकडे निघाला. घाईत घरी आला.

घरी आल्यावर तो भांबावून गेला. "चुटकी कुठंय?" तो जोरात ओरडला. शेजारची दादी खडबडून जागी झाली. तिला कधी झोप लागली कळलंच नाही. तोवर चुटकी गायब झाली होती.

रात्र वाढली होती व आकाशात चंद्र ढगांच्या आड लपाछपी खेळत होता. चुटकी बंदराची वाट चालत होती. तिथं तुरळक तुरळक गर्दी होती; पण अंधारात चुटकीकडे फारसं कुणाचं लक्ष गेलं नाही. चुटकी हातात पुस्तक घेऊन चालत होती. ती समुद्राच्या काठावर येऊन ठेपली. चंद्राच्या प्रकाशात समुद्र चकाकत होता. चुटकीची नजर दूरवर पसरलेल्या समुद्राला डोळ्यांत साठवू पाहत होती; कारण याच समुद्राच्या पोटात अनेक रहस्यं दडली होती. अनेक गोष्टी त्याच्या पोटात घडत होत्या आणि त्या सर्वांचा संबंध तिच्याशी होता.

ती आपल्या नावेजवळ आली. तिने नावेला बांधलेली लहान होडी सोडली. पुस्तक आत ठेवलं आणि मोटार सुरू केली. तिची होडी आता समुद्राच्या आत आत जात होती. कुणाच्या तरी लक्षात आलं. तो ओरडलाही; पण चुटकी खूप पुढं निघून गेली होती.

इकडे मुसा चुटकीला शोधत होता. गाव फिरून झाला. नूहबाबांच्या घराची चक्कर झाली; पण तिचा पत्ता लागला नाही. नूहबाबांना संकटाची चाहूल

लागली. 'या अल्लाह, रहम कर!' ते एवढंच पुटपुटले.

❊

समुद्र कमालीचा शांत होता. वारा मुकेपणाने वाहत होता. आवाज फक्त होडीच्या मोटारीचा होत होता. समुद्रात आत आत जाताना चुटकीला हलकीशी भीती वाटली खरी; परंतु आता आपण सत्य शोधायचंच ही जिद्द तिचं धाडस वाढवत होती. शांत चमकणाऱ्या पाण्यावर काहीशी हालचाल दिसली. चुटकी घाबरली.

पुन्हा सगळं शांत झालं. पुन्हा पाण्यावर हालचाल जाणवली. चुटकीने डोळे चोळून पाहिलं तर ती हसू लागली. तो डॉल्फिन होता. होडीच्या मागोमाग तो येतच होता. चुटकी खुश झाली. डॉल्फिन आल्याने तिला धीर आला. डॉल्फिनला चुटकीचं खूप कौतुक वाटलं. एवढी लहान पोर किती धाडसी आहे?

होडीच्या खालोखाल ते दोन संरक्षक अजस्र कासवही चालत होते. चुटकी सुरक्षित होती.

चुटकीने होडीतला टॉर्च सुरू केला व हातातलं पुस्तक उघडलं. आपल्याला हे पुस्तक खूप मदत करेल, असं बाबा बोलले होते. तिने पुस्तक उघडलं. पुस्तकाच्या सुरवातीलाच नकाशा होता. चुटकीने तो पाहिला; पण तिला त्यातलं काही कळेना. तिने पुन्हा पुन्हा पाहिला. डॉल्फिनला तिची अडचण समजली. त्याने पाण्यात दडी मारली. बराच वेळ तो आत होता. तो एक उंच सूर मारत वर आला. त्याने तिच्या हाती एक चावी दिली. नक्षीकाम केलेली ती चावी खूपच सुंदर होती. त्याने चुटकीला पुस्तकाच्या खालच्या बाजूला असलेल्या कुलपाविषयी सांगितलं. तिने ती चावी त्या कुलपात घातली आणि फिरवली. आता ते पुस्तक चमकू लागलं होतं. त्यावरील प्रत्येक अक्षर लकाकत होतं.

"चुटकी, तुला नकाशा समजून घ्यायचा आहे का?" पुस्तकाने विचारलं.

चुटकी आधी घाबरली.

"ह ह हो..हो" ती चाचरत बोलली. "हे एक अद्‌भुत पुस्तक..."

पुस्तकाने नकाशाचं पान उलटलं आणि तिला सांगायला सुरवात केली. होकायंत्र वापरून चुटकी दिशा पाहत होती. तिला हे सर्व नवीन होतं; मात्र तिची शिकण्याची जिद्द कामी आली होती. अब्बा तिला नावेवर जे काही सांगत असे ते

ते ती समजून घेत असे. तेच आज कामी येत होतं.

चुटकी आता एका दिशेने प्रवास करत होती. सोबत डॉल्फी होताच आणि बोलणारं पुस्तकही होतं, जे तिला वाट आणि माहिती दोन्ही सांगत होतं.

⁂

इकडे मुसा बेभान झाला होता. चुटकी हरवली होती. मुसा खाली कोसळला, रडू लागला. त्याचा धीर खचून गेला होता.

तो अडखळत उठला. कोपऱ्यातल्या एका लोखंडी संदुकीजवळ गेला. तिचं जाडजूड कुलूप काढून त्याने ती उघडली. चुटकीने कित्येकदा या संदुकीविषयी विचारलं होतं; मात्र त्याने त्याची चावी हरवलीय असं सांगत टाळलं होतं.

त्याने संदूक उघडली. आतून कुबट वास आला. त्याने क्षणभर श्वास रोखून धरला. बल्बच्या उजेडात आतलं साहित्य दिसू लागलं.

त्याने आतून एक फोटो बाहेर काढला. आपल्या हाताने त्याची काच पुसून काढली. तो कितीतरी वेळ त्या फोटोकडे पाहत होता. पाहता पाहता त्याच्या डोळ्यांच्या कडा ओलावल्या. मुसा हमसून हमसून रडू लागला. त्याने फोटो

आपल्या छातीशी कवटाळला.

''मुसाभाय....मुसाभाय ....'' बाहेरून आवाज आला.

मुसा आवाजाने गडबडला.

त्याने पटकन फोटो आत ठेवून दिला आणि संदूक बंद केली.

''कोण है?'' मुसाने दरडावल्या सुरात विचारलं.

''मइ, सिकंदर.''

''काय काम काढलं एवढ्या रात्री?''

''ओ चुटकी.......'' सिकंदरचं वाक्य अर्धंच आलं.

''चुटकी...कुठंय ती? कुठं पाहिलं तू तिला? मग अडवलं का नाही? घेऊन का आला नाही तिला... बोल कम्बख्त...'' मुसा पुरता भांबावला होता.

''मुसाभाय, मी पाहतोय तोवर ती तुमची होडी घेऊन समुद्रात दूरवर गेली होती.''

''कुठं गेली?''

''माहीत नाही. पश्चिमेकडे होडीचं तोंड होतं. हां...आणखी एक. तिच्या हातात एक पुस्तक होतं.''

मुसा काय समजायचं ते समजला. नूहबाबांचं वाक्य खरं ठरणार असं त्याला वाटू लागलं. त्याची काळजी आणखी वाढली. डोळ्यांतलं पाणी थांबत नव्हतं. चुटकी कुठे असेल आणि तिच्यासमोर कोणतं संकट वाढून ठेवलंय, हे त्याच्या कल्पनेपलीकडचं होतं.

✤

चुटकीची होडी मात्र वेगाने पुढे जात होती. दूरवर एक टापू दिसत होता. तिच्या प्रवासातला पहिला टप्पा जवळ येऊ लागला होता. पुस्तक बोलत होतं, ''चुटकी, इथं काहीही धोका नाही. तू इथं सुखरूप आहेस.''

चुटकीच्या डोळ्यांत वेगळीच स्वप्नं आकार घेत होती.

तिला सगळी रहस्यं समजून घ्यायची होती. ते राज्य आणि ती स्त्री तिला सतत खुणावत होती. इर्डा. जमिनीची देवता. नूहबाबांच्या म्हणण्यानुसार ती या टापूवरती तर राहत नव्हती ना?

चुटकीवर हल्ला

होडी पुढं सरकत होती आणि चुटकी नकाशात डोकावून पाहत होती. त्यात तर पाच टापू दिसत होते; मात्र प्रत्यक्षात तर एकच दिसत होता. तोही खूप दूर.

अंधार अधिक गडद होत होता आणि सागरी लाटांचा आवाज आता सगळीकडे भरून उरला होता. चुटकी पुस्तकात डोकं खुपसून बसली होती. इतक्यात तिला खूप थंड असं काही जाणवलं. तिच्या अंगावर काटा फुलला. अचानक इतकं थंड काय होतं? चुटकीने मान वर केली आणि ती दचकली. धुक्याची एक मोठी भिंत समोर उभी होती आणि आता तिला त्यातून जायचं होतं. चुटकीचे डोळे विस्फारले होते. तिला काहीच दिसत नव्हतं. बघता बघता होडी धुक्यात शिरली.

धुक्यात शिरताच वाऱ्याचा एक झोत तिच्या अंगावर आला. वारा गोल गोल फेर धरू लागला. वाऱ्याचा वेग वाढला. तो जोरात घोंगावू लागला. आता धुक्यात कसल्याशा आकृत्या दिसू लागल्या होत्या. त्या बीभत्स आकृत्या भयंकर आवाज करत करत चुटकीच्या भोवती फिरू लागल्या. चुटकीच्या अंगावर काटाच फुलला. ती घाबरून इकडे-तिकडे पाहू लागली. आपल्याला मदत कोण करणार? या सैतानी आकृत्या आपल्याला गिळून टाकतील. आपण कुठलंच रहस्य उलगडू शकणार नाही, या विचाराने तिला रडू यायला लागलं. होडीचा काठ तिने घट्ट पकडून ठेवला होता. आकृत्यांचा आवाज असह्य झाला तेव्हा तिने डोळे मिटून घेतले. अगदी घट्ट! डोळे मिटून घेताच चुटकीला एक प्रकाशरेषा दिसू लागली. तो प्रकाश हळूहळू मोठा होऊ लागला. आपण नेमकं काय पाहतोय, हे तिलाही कळेना. प्रकाशाचा आवाका वाढला आणि तिला नूहबाबांची अंधुकशी प्रतिमा दिसू लागली. ती हळूहळू स्पष्ट होत गेली. नूहबाबा हसऱ्या चेहऱ्याने तिच्या समोर उभे होते. त्यांना पाहून चुटकीला खूप आनंद झाला. खूप मोठा आधार वाटला.

"चुटकी, तू खूप धाडसी आहेस. निरागस आहेस. हे राक्षस तुझं काहीच नुकसान करू शकणार नाहीत; कारण तू सच्ची आहेस. लक्षात ठेव, सत्य आणि साहस ज्यांच्या जवळ असतं त्यांना कशाचीच भीती नसते. तू घाबरू नको. भीती

आपलं बळ संपवते. विचार करण्याची ताकद हिरावून घेते. घाबरू नको. मुकाबला कर.'' नूहबाबा पुन्हा हसले आणि त्यांची प्रतिमा हळूहळू अदृश्य होत गेली. चुटकी अजूनही त्यांना समोर पाहत होती. आसपास सैतानांचे तांडव सुरूच होते. त्यांचे अक्राळविक्राळ चेहरे अजूनही भयंकर दिसत होते. त्यांचे आवाज धडकी भरवत होते; परंतु चुटकी आता कमालीची शांत होती.

चुटकीने डोळे उघडले. ती आता कमालीची शांत दिसत होती. सैतानी आकृत्या आता हतबल होत होत्या. त्यांची ताकद कमी पडू लागली होती. हार पत्करायला त्या तयार नव्हत्या. त्यातील एका आकृतीने वेगाने चुटकीवर हल्ला केला. चुटकी वेगाने मागे फेकली गेली. होडीचा काठ डोक्याला लागला. डोक्याला खोक पडली, रक्त येऊ लागलं. डॉल्फी गोंधळला. चुटकी त्या जोरदार धक्क्याने पाण्यात फेकली गेली. पाणी नाकातोंडात गेलं. चुटकी बुडू लागली. ती वर येण्याचा प्रयत्न करू लागली. बसणारा धक्काच एवढा जबरदस्त

होता, की चुटकी गांगरून गेली. नाकातोंडात पाणी गेल्याने ती ठसकू लागली. तिने होडीचा काठ पकडायचा प्रयत्न केला खरा; परंतु भयंकर धुक्यात तिला होडीही दिसत नव्हती. धुक्यातल्या राक्षसांचा आवाज वाढला होता. ते अधिक तीव्रतेने घोंगावत होते.

चुटकी सावध झाली. हात-पाय मारत पाण्यावर तरंगू लागली. ती सावध होतेय ना होतेय तोवर तिच्या पायांना कुणीतरी विळखा घालतंय असं तिला वाटलं. ती पकड जबरदस्त होती. तिला पाय हलवणे शक्य होईना. ती झटापट करू लागली; मात्र तिला जागचे हलता येईना. ती पुन्हा पाण्यात बुडू लागली. गटांगळ्या खाऊ लागली. अशा परस्थितीत काही सुचणं शक्यही नव्हतं. समुद्री सर्पाने तिच्या पायाला विळखा घातला होता. डॉल्फी प्रयत्न करत होता; परंतु सर्प मोठा होता आणि लगेच मदत मिळणंही अशक्य होतं.

समुद्री सर्पाचा विळखा आणखी घट्ट होऊ लागला. चुटकी जखडली गेली. तिने प्रयत्न केलाही; पण सफल नाही झाली. ती सुटण्याचा प्रयत्न करतानाच समुद्री सर्प तिच्या समोर आपली जीभ बाहेर काढत उभा होता. चुटकी भयंकर घाबरली. सर्पाचे लालबुंद डोळे पाहून तिला तर धडकीच भरली. सर्पाने तोंड उघडून तिच्यावर हल्ला केला. चुटकी मागे सरकली आणि तिने हल्ला चुकवला; पण त्याचे ते दोन अणकुचीदार चमकते दात पाहून मात्र तिचा जीव अर्धमेला झाला. त्वेषाने तो हल्ला करत होता. चुटकी तो चुकवत होती. या झटापटीत तिला त्या सुंदर स्त्रीजवळ असलेला सर्प आठवला. हाच होता तो... हाच...अगदी! हा आपल्याला तिच्यापर्यंत नेऊ शकतो. आपण तिला वाचवू शकतो. डोक्यात हे विचार सुरू असतानाच समुद्री सर्पाने तिच्यावर जोरदार हल्ला केला. संरक्षणासाठी आडव्या धरलेल्या हातावर त्याचा वार झाला. चुटकी मोठ्याने ओरडली. तिच्या हातातून भयंकर कळा येत होत्या. जिथं वार झाला होता तिथून वेदना सरसरत अंगभर पसरतेय असं तिला जाणवू लागलं. वेदना असह्य होती. आपण बेशुद्ध होतोय असं तिला वाटू लागलं. आणि इतक्यात समुद्री सर्पाने आणखी एक वार तिच्यावर केला. काय झालं कळलं नाही; पण सर्पाची पकड सैल होऊ लागली. तो वेगाने वळवळत, अंग झटकत बाजूला होऊ लागला. पाण्यात होणाऱ्या उलथापालथीने होडी जोरात हेलकावे घेऊ लागली

होती. चुटकी आता पूर्ण बेशुद्ध होऊ लागली होती. धुक्यामुळे आधीच काही दिसत नव्हतं. चुटकीच्या डोळ्यांसमोर अंधारी येऊ लागली.

उशिराच्या उलथापालथीनंतर समुद्री सर्पाची पकड पूर्ण ढिली झाली आणि तो काहीसा विचित्र आवाज करत तळाशी गेला. चुटकी बेशुद्ध झाली होती. ती पाण्यात बुडू लागली होती. डॉल्फीला काळजी लागली होती. त्याने विद्युत माशाला मान हलवून थँक्स म्हटलं; कारण समुद्री सर्पापासून चुटकीची सुटका त्यानेच केली होती. त्याच्या दोन टोकदार सोंडांतून विद्युत तरंग बाहेर पडत. त्यांचा वापर करून त्याने सर्पाला धडा शिकवला होता. डॉल्फीने त्याला मदत मागितली होती.

डॉल्फीने पाण्यात सूर मारून चुटकीला होडीत ढकलण्याचा प्रयत्न केला. दोनतीनदा प्रयत्न करून तो यशस्वी झाला. चुटकी होडीत सुखरूप पोचली होती. एवढ्याने भागणार नव्हतं. चुटकीला इलाजाची गरज होती. अन्यथा, समुद्री सर्पाचं विष तिच्या शरीरभर पसरेल. डॉल्फीने पाण्यात सूर मारला. तो तळाशी वेगाने जात होता. आपल्या विशिष्ट आवाजात सूचनाही पोचवत होता. त्याचे काही डॉल्फिन मित्र त्याच्या मदतीला आले. समुद्री अश्वांची मदत घ्यायचं ठरलं. होडीला बांधलेली दोरी पकडून समुद्री अश्व होडी ओढू लागले. धुक्याचा पट्टा आता विरळ होऊ लागला होता. धुक्यातल्या सैतानी आकृत्या आता नाहीशा झाल्या होत्या. समुद्री अश्व वेगाने मार्ग कापत होते. समोर काही समशेर मासे चालत होते. त्यांच्या तोंडाजवळचा तलवारीसारखा भाग संरक्षक म्हणून काम पाहत होता. सैन्याची तुकडीच म्हणा हवं तर!

छोट्या ऑक्टोपसने चुटकीला कसल्याशा वनस्पतीचा रस पाजला. त्यामुळे समुद्री सर्पाचं विष शरीरभर पसरणार नव्हतं. ते सर्व विष निकामी करण्यासाठी टापूवर पोचणं आवश्यक होतं. थोडासा उशीर झाला तर चुटकीचा जीव धोक्यात येऊ शकतो. डॉल्फी रडवेला झाला होता. आपल्या खास मैत्रिणीची अशी अवस्था त्याला पाहवत नव्हती. धुकं दूर झालं आणि तो विशाल टापू नजरेच्या टप्प्यात आला. डॉल्फीला हायसं वाटलं. आता चुटकी वाचणार.

होडी वेगाने टापूकडे निघाली होती आणि सूर्य पूर्वेकडून हळूच हे सर्व पाहत वर वर येत होता. चुटकीचा मलूल चेहराही त्या उन्हात चमकत होता.

कौस्तव

सूर्य वर येऊ लागला आणि पहिला टापू नजरेच्या टप्प्यात आला. चुटकी थोडी थोडी शुद्धीत येऊ लागली होती; मात्र अजूनही ती उभी राहू शकत नव्हती. समुद्री लाटा शांत होत्या. धुक्याचा पट्टा नाहीसा झाला होता. समोर हिरवळीने नटलेला मोठ्ठा टापू होता. डॉल्फी खुश होऊन पाण्यातच कोलांट्या उड्या खाऊ लागला. समुद्री अश्वांनी होडी काठावर आणली आणि ते निघून गेले. डॉल्फी त्यांना 'हुं हुं' करून थँक्स म्हटला.

होडी काठाला लागली; परंतु एका जोरदार लाटेने होडी पुन्हा मागे सरकून पाण्याबरोबर वाहायला लागली. डॉल्फी घाबरला. त्याला काय करावे कळेना. तो पाण्यात इकडे-तिकडे सूर मारून मदत मिळते का पाहत होता. पण, कुणीच नव्हतं. होडी समुद्रात दूरवर वाहत जाऊ लागली. चुटकी अजूनही निपचित पडून होती. तिचा जीव धोक्यात होता. डॉल्फी काही करू शकत नव्हता. डॉल्फी काठाकडे धावला. तिथं कुणीतरी असेल असं त्याला वाटलं.

काहीच मदत मिळेना तेव्हा डॉल्फी हताश होऊन होडीकडे परतू लागला. पाहतो तर काय! होडी काठाकडे येतेय. हे कसं घडलं? डॉल्फी गडबडला. होडी काठाजवळ आली आणि अचानक पाणी जोरात उसळलं. पाण्यासोबत एक मानवी आकृती त्याच्यासमोर येऊन हजर झाली. तो पाण्यावर उभा होता. डॉल्फीने डोळे किलकिले करून पाहिलं. त्याचा डोळ्यांवर अजूनही विश्वास बसत नव्हता. त्याने पाण्याखाली बुडी मारली. त्याने जे पाहिलं ते अजूनच धक्कादायक होतं. एका अजस्त्र माशावर तो मुलगा उभा होता. त्या माशाने डॉल्फीला पाहिलं आणि तो जोरात गुरगुरला. डॉल्फी घाबरून गेला. तो पाण्याच्या वर आला. तो मुलगा आता चुटकीला हातात उचलून घेऊन काठाकडे चालला होता. उन्हात त्याचं शरीर निळसर रंगात चमकत होतं. माशाचं शरीर चमकतं तसं.

''हॅलो, मी डॉल्फी,'' डॉल्फीने घाईघाईत त्याच्याजवळ जात आपली ओळख करून दिली.

त्या मुलाने डॉल्फीकडे वळून पाहिलं. त्याचे डोळे! ते माशासारखेच होते. अगदी... हुबेहूब माशासारखे.

''मी कौस्तव'' गंभीर आवाजात त्याने उत्तर दिलं.

कौस्तव बोलला ते एकदम खोल कुठूनतरी बोलल्यासारखा.

डॉल्फी त्याचं निरीक्षण करत होता. कौस्तवचा रंग पूर्ण निळसर होता. त्याच्या हातापायांच्या बोटांमध्ये पडदे होते. कौस्तवला चुटकीसारखं नाक नव्हतं. मस्तकापासून ते वरच्या ओठापर्यंत ते कमानीसारखं खाली आलं होतं. तो खूपच वेगळा आणि विचित्र दिसत होता.

चुटकी अजूनही बेशुद्ध होती. कौस्तव तिला घेऊन टापू चढू लागला.

डॉल्फी काठावर येऊन सर्व पाहत होता. त्याला चुटकीची काळजी वाटत होती. पण, तो तिथवर जाऊ शकत नव्हता. उदास मनाने त्याने पाण्यात सूर मारला.

कौस्तव टापू चढत होता. झाडांनी दाट झालेली ती पाऊलवाट तुडवत, काटे चुकवत तो वर जात होता.

फांद्या आणि मोठ्या माशांच्या हाडापासून बनवलेल्या एका अर्धवर्तुळाकार घरात त्याने तिला आणलं. अर्ध्यातून कापलेल्या एका मोठ्या लाकडी ओंडक्यावर तिला ठेवलं. व्यवस्थित झोपवलं.

''अम्मा...अम्मा....'' त्याने त्याच्या अम्मीला हाक मारली.

''हम्म....'' त्याची अम्मी घाईत बाहेर आली.

तिच्या हातात एक मोठा शिंपला होता. ती स्वैपाक करत होती.

''ही मला समुद्रात सापडली. बघ हिला काय झालंय.''

कौस्तवची अम्मीही त्याच्यासारखीच होती. फक्त रंग वेगळा होता. ती सोनेरी रंगाची होती.

तिने शिंपला बाजूला ठेवला. पटकन चुटकीच्या शेजारी जाऊन बसली.

तिच्या कपाळाला हात लावून पाहिला. तिच्या शरीरावर काही जखम आहे का ते पाहिलं आणि तिची नजर चुटकीच्या हातावरच्या जखमेवर गेली.

''अय्यो, हिला समुद्रीसर्प चावलाय. कौस्तू जा आणि मोठ्या अम्माला बोलावून आण. येताना औषध आणायला सांग.''

कौस्तव काळजीत पडला होता. समुद्री सर्पाचं विष अत्यंत जहाल असतं. सहसा उतरत नाही. मोठी अम्मा करेल काहीतरी.

तो धावतच चढ चढू लागला. वरच्या सपाट भागात लोकांची वर्दळ सुरू होती. कुणी शेताकडे चालले होते तर कुणी आपापल्या माशांना राखायला चालले होते. गळ आणि जाळं सोबत होतंच.

मोठी अम्मा वैद्य होती, राणीच्या खास मर्जीतली. तिच्या औषधात जादू होती. समुद्री वेली, झाडं आणि जंगलातल्या काही औषधी वनस्पती वापरून ती औषध बनवी. काही मासेही औषध म्हणून ती वापरत असे.

मोठी अम्मा छोट्याशा झोपडीत राही. ती एका माशाच्या हाडांच्या सांगाड्यापासून आणि कातडीपासून बनवलेली होती. तिच्या दारावर कातडी ध्वज फडकत होता. त्यावर मोठ्या ऑक्टोपसचं चित्र होतं. ते निशाण होतं

‘अल्फुजल’ राज्याचं.

“अम्मा, ओय मोठी अम्मा...” कौस्तवने बाहेरून आवाज दिला.

“कोणाय सकाळी सकाळी...?” अम्मा बाहेर आली.

“मी कौस्तू, माझ्या अम्मानं तुला बोलावलंय. येताना समुद्री सर्पाच्या विषावरचं औषध आणायला सांगितलंय.”

“अय्यो, कुणाला डसला तो? कुठं?”

“तू घरी चल, जाता जाता सांगतो तुला.”

मोठी अम्मा आत गेली. तिने आपली कातडी पिशवी आणली. एक शंख, ज्यात काहीतरी औषध होतं.

मोठी अम्मा आणि कौस्तू उताराने खाली आले. मोठी अम्मा काहीतरी पुटपुटत होती. बोटांनी काहीतरी मोजत होती. एवढी म्हातारी मोठी अम्मा; पण चालण्याचा वेग जास्त होता. जवळ जवळ कौस्तवच्या बरोबरीने ती चालत होती. कौस्तवने तिला चुटकी कशी सापडली हे सांगितलं. कौस्तव आपल्या माशांना घेऊन फिरायला गेला होता, तेव्हा समुद्रात ही भटकणारी नाव आणि पोरगी सापडली.

घरात पाय ठेवताच मोठी अम्माने खोल श्वास घेतला. ती उभ्या लाकडी ओंडक्यावर बसली. तिने चुटकीचा हात हातात घेतला. हाताची नाडी तपासली. तिच्या चेहऱ्यावर चिंता होती. तिने दंश केलेली जागा पाहिली.

आपल्या कातडी पिशवीतून तिने कसल्याशा मुळ्या आणि एक वाळलेली मासोळी बाहेर काढली. ती छोट्या गोलाकार दगडावर घासली. औषध बोटाने दंश केलेल्या जागी लावलं. थोडं चाटण तिला चाटायला दिलं.

“हिला समुद्रीबोंड पाजलंय कुणीतरी. विष चढलं नाही.” मोठी अम्मा बोलली. तिच्या चेहऱ्यावरची काळजी दूर झाली होती.

“अम्मा, ही आपल्यासारखी का दिसत नाही? हा कोणता प्राणी आहे?” कौस्तूने प्रश्न केला.

“ही मानव जात. फार पूर्वी मी पाहिलं होतं यांना. आपल्या समुद्री पुस्तकात यांची माहिती आहे. हे लोक खूप हुशार आणि चाणाक्ष असतात. आपला टापू

लुटून न्यायचा यांचा बेत होता; पण आपले लोक लढले आणि त्यांनी या लोकांना हाकलून लावलं; पण ही पोर फार गोड आहे. हिला तांदळाची खीर आणि नारळाचं पाणी दे.''

तिने काही औषधं काढून कौस्तूच्या अम्मीच्या हाती दिली.

''काळजी नको करू. तो सर्प माझ्या औषधापेक्षा जास्त जहाल नाही,'' असं म्हणून ती खळाळून हसली.

कौस्तू तिला घरी सोडायला गेला.

दिवस वर आला तशी चुटकी शुद्धीवर येऊ लागली. तिने डोळे किलकिले करून पाहिलं. माशांचा वास येत होता. तिला ते घर नवीनच होतं.

सिनेमातल्यासारखं 'मै कहा हूँ?' असा डायलॉग मारावा असं तिच्या मनात

आलं होतं; पण डोकं अजून ठणकत होतं.

ती सावकाश उठून बसली. कौस्तूची अम्मी आतून बाहेर आली.

“थोडी खीर खा.” चुटकीने चमकून आवाजाच्या दिशेने पाहिलं.

ती घाबरली. “या अल्लाह.....!” ती ओरडली.

कौस्तवची अम्मी दचकली. मनाशीच हसली. चुटकीच्या जवळ जात बोलू लागली,

“घाबरू नको. आम्ही समुद्री मानवच आहोत. आम्ही दोन्हीकडे राहतो. तू मानव आहेस. घे, ही खीर खा.” कौस्तूच्या अम्मीने तिला खीर खाऊ घातली. खीर खाताना चुटकीला आपली कधीच न पाहिलेली अम्मी आणि तिचा लाडका अब्बा आठवला. तिच्या डोळ्यांतून पाणी आलं.

कौस्तूच्या अम्मीने तिचे डोळे पुसले. तिला झोपवलं. कसल्याशा गवताच्या धाग्यांचं पांघरूण घातलं.

चुटकी अजूनही अम्माला पाहत होती. ती हुबेहूब माशासारखी दिसत होती.

तिच्या कानाच्या मागे कल्ले होते. इतक्यात कौस्तू आला. अम्माने त्याची ओळख करून दिली.

“तूच माझा जीव वाचवलास ना? शुक्रिया!” चुटकी अगदी मलूल आवाजात बोलली.

“हो, तू वाहून चालली होतीस. तुझा तो डॉल्फी मित्रही होता. मोठी अम्मा बोलली तू लवकर ठीक होशील. तू लवकर बरी हो. मी तुला टापू फिरवून आणेन.” यावर चुटकी हसली.

“तू एवढ्या लांब एकटीच कशी आलीस? तुला भीती नाही वाटली? काय काम आहे तुझं इथं? का तुलाही मोती पाहिजेत? बोल ना.” कौस्तूने प्रश्नावर प्रश्न विचारायला सुरवात केली.

“कौस्तू, तिला आराम करू दे. ती बरी झाली की सगळे प्रश्न विचार. आता झोपू दे तिला. तू जाऊन मासे घेऊन ये.”

कौस्तू अनेक प्रश्न डोक्यात घेऊन तिथून निघून गेला. जाता जाता त्याने चुटकीकडे पाहिलं. ती शांत झोपली होती. तिच्या चेहऱ्यावर अनामिक हसू होतं.

इर्डा...

कौस्तव मासे पकडायला आला खरा; पण त्याच्या डोक्यात सतत चुटकीचा विचार घोळत होता. 'ती का आली असेल इथं? तिलाही मोती हवे असतील का? की कुर्मांचं रहस्य तर तिला जाणायचं नाही ना? मानव खूप वाईट असतात. आमच्या टापूला नष्ट करण्याचे सारे प्रयत्न त्यांनी करून पाहिलेत. त्यांच्यामुळे समुद्री दैत्याने आमच्या राणीला बंदी बनवले. समुद्री दैत्याची ताकद वाढली. आता ही मुलगी आलीय. काहीतरी वाईट घडेलसं वाटतंय.' मनात शंका घेत तो समुद्रात उतरला. समुद्री गवताचे जाळे टाकून त्याने थोडी वाट पाहिली. जाळ्यात हालचाल जाणवताच त्याने जाळे ओढले. काही मासे त्यात आलेले होते. त्याने ते मोठ्या ऑक्टोपसच्या कातडी पिशवीत भरले आणि घराकडे चालू लागला.

इकडे चुटकी शुद्धीवर आली होती. कौस्तवच्या अम्मीने तिला थोडं नारळाचं दूध प्यायला दिलं. सुके मासे आणि माशांचं औषधी सूप प्यायला दिलं. चुटकीला जरा हुशारी आली. तिने घराचं निरीक्षण केलं. ते घर वेगळंच होतं. कुठल्यातरी प्राण्यांच्या हाडाचा तो सापळा होता. त्यावर झाडांच्या फांद्या आणि नारळाची पानं अंथरली होती. कसलासा कुबट वास तिथं येत होता. अशा वासाची तिला ओळख होती; पण हा वास फारच उग्र होता. तिने दुर्लक्ष केलं.

ती उठून बसली. त्या घराच्या खिडकीजवळ येऊन थांबली. बाहेरून वारा आत येत होता. चुटकी दूरवर पाहत होती. समुद्राची गाज कानावर येऊन नवीन संगीत ऐकवत होती. निळाशार समुद्र तिला बोलावत होता. धुक्याची दाट चादर दूरवर पसरली होती. याच धुक्याच्या पलीकडे तिचा अब्बा तिला शोधत असेल. तो खूप चिडला असेल. स्वतःला त्रास देत असेल. घामाघूम झाला असेल. पोटची मुलगी नसताना त्याने मला इतकं प्रेम दिलं. माया केली. येताना आपण त्याला साधं भेटलोही नाही. बोललोही नाही. तसं केलं असतं तर त्याने आपल्याला येऊ दिलं असतं का? मुळीच नाही. आपण अम्मीला शोधू शकलो नसतो. नूहबाबा नेहमी मला हे सर्वच सांगत आले होते. मलाच त्यांचा अर्थ कळत नसे. आता सगळा उलगडा होऊ लागला होता.

दूरवर पाहता पाहता तिच्या डोळ्यांत पाणी साठू लागलं. तिने हाताने ते पुसून पुन्हा बाहेर पाहायला सुरवात केली. नारळाची प्रचंड झाडं तिथं होती.

''तुला बरं वाटत असेल तर आपण बाहेर जाऊन येऊ.'' कौस्तवच्या आवाजाने चुटकी दचकली. तिने मागे वळून पाहिलं. कौस्तव तिच्या मागेच उभा होता. तिने त्याला निरखून पाहिलं. मासे माणूस झाल्यावर कसे दिसतील, तर नेमके कौस्तवसारखे. जमीन आणि पाणी दोन्हीकडे तो राहू शकत होता.

''हम्म... चल. जाऊ आपण.'' चुटकीने उत्तर दिलं.

''अम्मा, आम्ही बाहेर चाललोय. हिला टापू दाखवून आणतो.''

''लवकर या परत. तोवर जेवण तयार होईल.''

दोघंही बाहेर पडले. झाडीतून छोट्या रस्त्याने ते खाली उतरले. समुद्राची गाज जवळ येत होती.

''तू खरंच तुझ्या अम्मीला शोधायला इथं आलीस का?''

''हो. माझी अम्मी इथल्याच कुठल्याशा टापूवर राहते. तिला कुणीतरी कैद केलंय.''

''नाव काय आहे तुझ्या आईचं?'' कौस्तूने विचारलं.

''माझ्या घरी एक चित्र आहे. त्यात ती सुंदर समुद्री मानव आहे. ती माझी आई असली पाहिजे. समुद्री राज्याच्या भिंतीवर तिची शिल्पं कोरलेली आहेत.''

''शिल्पं? ती काय असतात?''

''अरे! तुला शिल्पं माहीत नाहीत? दगडावर मूर्ती कोरतात त्याला शिल्प म्हणतात.''

''इथून फक्त एकालाच कैद केलं गेलंय. या टापूची राणी. इर्डा!''

''इर्डा!!'' चुटकी जवळजवळ ओरडलीच.

कौस्तव दचकला. ''काय झालं? अचानक का ओरडलीस?''

''इर्डाच माझी अम्मी आहे.'' असं म्हणताच चुटकीच्या डोळ्यांत पाणी आलं.

कौस्तव थांबला. त्याला काय बोलावं ते कळेना. चुटकी त्यांच्या राणीची मुलगी होती. राणी संकटात आहे. आणि ही एवढीशी छोकरी त्यांना वाचवायला आलीय.

“कौस्तव, मला मदत करशील का रे, माझ्या अम्मीला शोधायला...”

“करू की. मीच नव्हे तर सर्व टापू तुला मदत करतील; कारण तुझी अम्मी आमची राणी आहे. माझे आप्पा सांगत, समुद्री मानव असूनही त्या या पाच टापूंच्या राणी आहेत म्हणून. त्यांना ‘इर्डा’ असं म्हणतात. म्हणजे ‘जमिनीची देवता.”

चुटकीला खूप आनंद झाला. तिला धीर मिळाला.

“कौस्तव, हे पाच टापू कशाचे आहेत? आणि माझ्या अम्मीला कैद का केलं गेलंय?”

“हे टापू म्हणजे जमीन नाही.”

“मग?”

“हे पाच कूर्म म्हणजे कासव आहेत.”

“काय!! कासव? एवढे मोठे?”

“हो, इथं समुद्र एवढा खोल होता आणि इथले मोती फार मौल्यवान आहेत. त्यांना मिळवण्यासाठी आणि या टापूवर राज्य करण्यासाठी राणींना कैद केलं गेलंय. हे पाच कासव हे पाच टापू स्वत:वर तोलून चालत राहतात.” कौस्तव सांगत होता.

“बाप रे! मई पयली बार सुन रही हूँ... ते कासव किती मोठे असतील?”

“हो, त्यांना गरज पडली तर पाण्याखाली जावं लागतं. त्यासाठी आमची रचना अशी आहे. आम्ही दोन्हीकडे राहू शकतो. तुझी अम्मीही अशीच आहे;

पण अम्मा सांगते त्या खूप सुंदर आहेत.''

''मला तर कधी एकदा तिला भेटेन असं झालंय. तुझी अम्मा तुझ्यावर खूप प्रेम करते.''

''हो, माझी अम्मा आहेच तशी प्रेमळ.''

''कौस्तव, माझ्या अम्मीला कुणी कैद केलंय?''

''समुद्री राक्षसाने. त्याला हे टापू आणि हे राज्य हवंय. माणसांना मदतीला घेऊन तो इथले मोती लुटणार आहे; पण टापू सहजी हातात येत नाही, हे लक्षात आल्यावर त्याने राणींना कैद केले.'' विषय बदलायचा म्हणून कौस्तव पुढे बोलू लागला.

''हे कासव वर्षातील ७३ दिवस एकेक टप्पा पूर्ण करतात. वर्षाचे ३६५ दिवस पूर्ण होतात, हे आम्ही माणसाकडून शिकलो; पण, कासवांची गती कमी असल्याने दिवसांचा नेमका मेळ बसत नाही. पण, ७३ दिवसांत एक टप्पा पूर्ण होतो.''

''तू शाळेत जातोस?'' उत्सुकतेपोटी चुटकीने विचारलं.

''शाळा? ती काय असते?'' कौस्तव पहिल्यांदा हा शब्द ऐकत होता.

''अरे, जिथं लिहायला-वाचायला शिकवतात ती जागा.''

''नाही, आमच्याकडे नाही. आम्ही लिहीत-वाचत नाही. सगळं घरीच शिकवतात. मासे पकडणं, नारळ काढणं, मासे राखणं, सगळं घरीच तर शिकलो.''

''मज्जा आहे मग तुझी. ना अभ्यास, ना घोकंपट्टी.''

कौस्तव मनातून जरासा सुखावला. चुटकी आता बोलू लागली होती. विषय बदलून बोलणं कामी आलं होतं.

कौस्तवने तिला सर्व टापू फिरून दाखवला. तिथल्या गमतीजमती. काही रहस्ये...काही धोके.

दोघे चालत चालत फक्त 'इर्डा'ला कसं शोधता येईल याचाच विचार ते करत होते.

इर्डा आणि इब्लीस

सागराचा तळ गडद निळसर रंगात न्हाऊन निघाला होता. हलक्या हलक्या जललहरी मंद आवाजात लहरत होत्या. एक प्रकारची दाट शांतता भरून राहिली होती. अंधुक आणि अस्पष्ट तळ गूढ वाटत होता. एकही जलचर तिथे दिसत नव्हता. अलिखित संचारबंदीच लागू झालेली होती जणू.

अशा या गूढ अंधाऱ्या जगात समुद्री सर्पांची मोठी फौज गस्त घालत होती. त्यांचे वळवळत जाणारे देह अंगावर काटा उभा करत होते. कोणत्याही क्षणी ते हल्ला करतील इतके ते सतर्क होते.

तळाकडील भागात प्रकाशाची तिरीप जाणवत होती. तळाकडे जाताना काप्पाची मोठी तुकडी तैनात होती. ते विचित्र अशा तरंगत्या दगडांवर बसून सतत आपल्या जागा बदलत होते. ते दगड नसून विशिष्ट प्राणी आहेत हे बारकाईने पाहिल्यावर लक्षात येत होतं. ते दगडमासे होते, जे फारच ओबडधोबड आणि कठीण असतात. ते आपल्या तोंडाकडील धारदार पात्याने हल्ला करत. तलवार माशालाही मागे सारतील असं हत्यार त्यांना मिळालेलं होतं निसर्गाकडून.

तळाकडे जात राहावं तसा तळ हलक्या लालसर प्रकाशात चमकत होता. शांतता मात्र अजून गहिरी झाली होती. आता लालसर रंग अजून गडद होत होता. लालपिवळ्या रंगाचा एक दाट पट्टा समोर होता. आगीचा मोठा लोट उसळत होता. पाण्यात आग? जलदाह होता तो. समुद्री राक्षसाच्या विषापासून उद्भवलेला.

खोलात होता तो भव्य जलदुर्ग. प्रचंडच म्हणायला हवं. जिथं तिथं अक्राळविक्राळ समुद्री जीवांच्या मूर्ती कोरलेल्या. विचित्र मासे, प्राणी यांच्या मूर्ती पाहून धडकीच भरायला हवी, असलं भयंकर.

"इर्डा, अजूनही मी तुला संधी देतोय. तू तुझे टापू माझ्या हवाली कर. अन्यथा, तुझे टापू उद्ध्वस्त करेन आणि तुलाही जिवाला मुकावं लागेल."

एक गूढ आणि गंभीर आवाज येताच साखळदंडाने जखडलेली इर्डा थोडीशी

भानावर आली. तिने हळूच आपले नाजूक डोळे उघडले. पापण्या थरथरल्या. ती खूपच अशक्त झाली होती. साखळदंडामुळे तिच्या हातापायाची कातडी सोलली गेली होती. जखमा झाल्या होत्या. पाच वर्षं होत आली. ती समुद्री राक्षसाच्या कैदेत होती; परंतु तिने मान झुकवली नव्हती.

''मी तुझ्या हाती कधीच ते टापू पडू देणार नाही. ते मोती अनमोल आहेत आणि ते त्या टापूवरील लोकांचे आहेत. त्यांचा वापर त्यांना शांततेने आणि आनंदाने जगण्यासाठीच व्हायला हवा. तुला ते कधीच मिळणार नाहीत.''

इर्डा शांतपणे, तरी धारदार आवाजात बोलली.

''हा हा हा .. मूर्ख आहेस तू. तुझ्या या हट्टापायी तू स्वत:चा नवरा, स्वत:ची मुलगी गमावून बसलीस. तरीही तुझी गुर्मी गेली नाही. पाहूया किती दिवस वाट पाहतेस ते...तू पुन्हा एकदा तुझ्या मुलीला गमावून बसणार आहेस...मी तिला जिवंत नाही सोडणार...''

समुद्री राक्षसाच्या या बोलण्याने इर्डा चमकली.

''माझी मुलगी?'' आवाजात तेज होतं.

''हो, तुझी मुलगी. ती जिवंत आहे आणि आता तुझा शोध घेण्यासाठी बाहेर पडलीय. तिचा जीव तुला प्यारा असेल तर ते टापू माझ्या हवाली कर.''

''मी कसा विश्वास ठेवू? मला माहितीये तू खोटं बोलतोय. माझी मुलगी आणि नवरा तर पाच वर्षांपूर्वीच मेले. तू मारलंस त्यांना. ही मोठी जखम होती माझ्यासाठी. तू माझा जीव घेतलास तरी चालेल; पण तुला ते टापू मिळणार नाहीत. कधीच मिळणार नाहीत.''

करारी आवाजात इर्डा बोलली.

हा हा हा हा ... समुद्री राक्षसाच्या हसण्याचा आवाज साऱ्या वातावरणात घुमला.

''हे बघ...'' असं म्हणताच तिथल्या आरशात काही चित्रं उमटू लागली.

इर्डा डोळे बारीक करून पाहत होती. आणि तिला ते दृश्य दिसलं.

एक छोटीशी मुलगी आणि टापूवरचा एक मुलगा समुद्र किनाऱ्यावर फिरत आहेत. गप्पा मारत आहेत. इर्डाने मुलीकडे पाहिलं.

“कित्ती सुंदर दिसत होती ती... माझी चुटकी!” तिने आपल्या डोळ्यांनीच तिची नजर काढली.

“ही तुझी मुलगी. चुटकी. ती तुला शोधायला निघालीय; पण शोधू शकणार नाही. तोवर ती जिवंत राहणार नाही. एकदा तिचा जीव वाचलाय. आता नाही कुणी तिला वाचवू शकणार. हा हा हा हा ....”

समुद्री राक्षसाच्या हसण्याने पाण्यात खळबळ माजली.

“इब्लीस, तुला काय वाटतं... चांगुलपणा नेहमीच हरतो? नाही! गैरसमजातून बाहेर ये. तू पापी आहेस म्हणून एवढ्या खोल समुद्रात दडून राहतोस. समुद्री सर्प काय, काप्पा काय आणि जलदाह काय...ही रक्षणासाठीची हत्यारं चांगल्या माणसाला लागत नाहीत. ज्याच्या मनात प्रचंड पाप आहे,

त्याच्या मनात अपार भीती वसत असते. जगाला सर्वांत जास्त कशाची गरज असेल तर ती आहे प्रेम आणि शांततेची. तुम्ही लोक त्यालाच जास्त घाबरता; कारण तुम्ही केवळ हिंसा करू शकता. आम्ही शांततेत आणि प्रेमाने जगतो. तुझ्यासारख्या स्वार्थी जीवांनी या विश्वात सामान्य जीवांचं जगणं मुश्किल केलं आहे. मानवाच्या मदतीने तुम्ही आमचे टापू उद्ध्वस्त करायला निघाला होतात. मुसाची मदत मिळाली नसती तर तू आम्हाला संपवलं असतं. मुसाने ते टापू वाचवले होते. मला त्याचा अभिमान वाटतो. चुटकी जिवंत आहे म्हणजे मुसाही जिवंत आहे. तो निश्चित मला शोधायला येणार. नूहबाबा मार्ग दाखवतील. आता तुला पराजित व्हावं लागेल.

“आज तू माझी मुलगी आणि नवरा जिवंत आहेत हे सांगून खूप मोठा मूर्खपणा केला आहेस. आता माझं बळ वाढलं आहे. मी मेले तरी आता मुसा आणि चुटकी आहेत मागे. ते करतील टापूची रक्षा. आता मला मरण जरी आलं तरी बेहत्तर.”

‘फिस्स्स्सऽऽऽऽ...’ असा आवाज करत समुद्री राक्षस निघून गेला. त्याला इर्डाने कधीही पाहिलं नव्हतं; परंतु ती आता सुखावली होती. मुसा जिवंत आहे हे समजल्यावर ती प्रचंड खुश झाली. चुटकी कशी असेल? ती माणसासारखी आहे, म्हणजे ती मुसावर गेलीय. माझा रंग घेतलाय तिने. ती पाण्यात राहू शकते का, तिला त्या सर्व जादू मिळाल्यात का, अशा अनेक प्रश्नांनी तिच्या मनात वादळ उठलं होतं. ती प्रचंड खुश होती. हिमनगासारखं वरून ते दिसत नसलं तरी आतून तो आनंद तिचं संपूर्ण मन व्यापून राहिला होता.

मुसा. समुद्रात मासे पकडताना वादळात त्याची नाव अडकली. तुफान वादळात त्याची नाव फुटली आणि तो समुद्रात कोसळला. त्याचे सहकारी कुठल्या कुठे वाहून गेले; मात्र मुसा एका लाकडी फळीचा आधार घेत वाहत वाहत धुक्याच्या भिंतीत हरवला. तो किती दिवस प्रवास करत होता कुणास ठाऊक. थकलेला, दमलेला आणि भुकेने व्याकुळ झालेला मुसा टापूच्या किनाऱ्यावर आला. किनाऱ्यावरच्या सभास्थळी कुणीतरी वर्दी दिली होती, ‘कुणीतरी मनुष्य वाहत आलाय.’ सैनिक माशांनी त्याला सभास्थळी आणलं

होतं. एवढा अवाढव्य मनुष्य आजवर कुणीच पाहिला नव्हता. व्यापारासाठी काही मनुष्य येत. व्यापार करत आणि जात. समुद्राच्या तावडीतून सुटून आलेला हा एकमेव मनुष्य होता.

“याला अतिथी कक्षात न्या. मोठ्या अम्माला सांगून औषधी द्या. कोण? कुठला? इथं का आलाय, याची कसून चौकशी करा. धोका असू शकतो.” इर्डाने हुकूम देताच कार्यवाही सुरू झाली. मुसावर औषधोपचार सुरू झाले.

मुसा लवकरच बरा होऊ लागला. समुद्रावर जाऊन मासे पकडायला लागला. आपलं जेवण स्वत: बनवायला लागला. स्वत:साठी एक छोटी झोपडी बनवली त्याने. तो फारसा कुणाशी बोलायचा नाही. शांतपणे आपलं काम करत राहायचा. इर्डाला नवल वाटायचं त्याचं. तो जणू टापूचा एक सदस्य झाला होता. मुसा अधूनमधून सर्वांना मदत करत होता.

काही दिवस असेच गेले. आणि एक दिवस गुप्तहेरांनी खबर आणली. “समुद्री राक्षसाने टापूवर हल्ला करायची तयारी केलीय; मात्र या वेळी तो बासिलिस्कचा वापर करणार आहे. तो समुद्री जीव नाही. त्याचा सामना कसा करायचा याचा उपाय आपल्याकडे नाही.”

इर्डा विचारात पडली. काय करावे हे तिला सुचेना. ‘बासिलिस्क’ या प्राण्याचं नावच ती पहिल्यांदा ऐकत होती. असा विचार सुरू असताना मुसा मध्येच बोलला होता,

“मला माहितीये हा प्राणी. मी तुम्हाला मदत करू शकतो. पण, माझीही एक अट आहे. ही माहिती देताच मला इथून जाण्यासाठी एक नाव द्यावी लागेल. माझी इथून सुटका कराल.”

“मुसा, तू इथं बंदी नाहीस. तू कुठेही जाण्याइतपत तंदुरुस्त नव्हतास. म्हणून तुला थांबवलं होतं. आम्ही शांतिप्रिय माणसं आहोत. तू आमची शांततेची देवता पाहिलीच आहेस. ती आम्हाला शांतता, प्रेम आणि आपलेपणा शिकवते. तू एक चांगला माणूस आहेस. तू आम्हाला मदत करतो आहेस हे तुझं मोठेपण आहे. तुला नावेत ज्या सोयी पाहिजेत त्या तू करून घे. नावबांधणी विभागाच्या प्रमुखांना तशा सूचना मी देत आहे.”

इर्डाच्या बोलण्याने मुसा खूप खूश झाला. तो मनातून इथंच राहू इच्छित होता; मात्र घरी जाणं गरजेचं होतं.

‘‘मुसा, तुला विनंती आहे की तू बासिलिस्क या प्राण्याविषयी आम्हाला सांगावंस.’’

‘‘बासिलिस्क हा अत्यंत क्रूर आणि भयंकर दिसणारा प्राणी आहे. त्याचे शरीर सरड्याचे असते आणि त्याचे तोंड व पाय कोंबड्याचे. तोंड जरी कोंबड्याचे असले तरी दात अत्यंत अणकुचीदार व जीभ लांब असते.’’

मुसा माहिती सांगत होता.

‘‘त्याच्यापासून सावध राहायला हवं; कारण त्याची फुंकर विषारी असते. त्याच्या फुंकरीने माणूस किंवा कोणताही जीव मरू शकतो.’’

हे सर्व ऐकून इर्डा आणि सारे मंत्री विचारात पडले होते.

‘‘त्याच्यापासून सुटका कशी करता येईल?’’ इर्डाने काळजीच्या सुरात विचारले.

‘‘आहे एक उपाय. त्याच्या विरुद्ध लढणाऱ्याने ढालीचा वापर न करता आरशाचा वापर करायचा.’’

‘‘आरसा? त्याने काय होईल?’’ एका मंत्र्याचा प्रश्न.

‘‘बासिलिस्क या प्राण्याचा मृत्यू एका विचित्र पद्धतीने होतो. त्याने आरशात स्वत:चे प्रतिबिंब पाहिले की तो जागीच जळून भस्म होतो.’’

‘‘काय? असं घडतं?’’ इर्डाला हे ऐकून आश्चर्य आणि आनंद अशा दोन्ही भावना स्पर्शून गेल्या.

‘‘हो, तो स्वत:ची प्रतिमा बघून भस्म होतो. पंखांचा वापर त्याला उडण्यासाठी होतो. काळजी घ्यायला हवी.’’

‘‘मग तयारीला लागायला हवं.’’ असं म्हणून इर्डाने युद्धपरिस्थिती घोषित केली.

‘‘तुमचं राज्य जरी शांतिप्रिय असलं तरी शत्रूविरोधात लढण्यासाठी तुम्हाला सदैव तत्पर असायला हवं, असं नूहबाबा नेहमी सांगतात. त्यांनीच या बासिलिस्कविषयी मला माहिती सांगितली होती. आपल्या ‘समुद्र’ पुस्तकात या

प्राण्याची नोंद करायला हवी. पुढच्या पिढ्यांना त्यातून माहिती मिळत राहील.'' मुसा शांतपणे बोलला.

''अगदी खरंय! तुझे उपकार झाले आमच्यावर. तू आम्हाला या युद्धात मदत करू शकशील का? मला माहितीय मी तुझा फायदा घेतेय; कारण आपला ठराव तुला तत्काळ तुझ्या घरी पाठवण्याचा आहे. पण, मला वाटतं की तू आम्हाला या युद्धात चांगली मदत करू शकशील. आम्हाला हे टापू वाचवण्यात मदत करशील?''

मुसाने थोडा वेळ विचार केला आणि मदत करायची तयारी दर्शवली.

इर्डाने आदेश दिले आणि हत्यारे बनवण्यास सुरवात झाली.

युद्ध जिंकलं

हत्यारे बनवायची तयारी सुरू झाली; परंतु आरसे बसवायचे कशात हा मोठा प्रश्न होता. मुसाने एक कल्पना सुचवली. सपाट पाठीच्या कासवांचा वापर यासाठी करण्यात यावा. त्यांच्या पाठीवर आरसे बसवावेत. पाठ टणक असल्याने तिचा वापर ढालीसारखा करता येणे शक्य आहे.

तसेच सपाट आणि पसरट शिंपल्यांचा उपयोगही करता येईल, अशी कल्पना त्याने मांडली. विचार करायला वेळ नव्हता. जेवढी शक्य तेवढी हत्यारे लवकर बनवणे अत्यंत गरजेचे होते; कारण बासिलिस्कची तुकडी कोणत्याही वेळी हल्ला करू शकत होती.

''आपल्याला काही उडणाऱ्या प्राण्यांची गरज लागेल; कारण आपण जमिनीवरून त्यांना आरसे नाही दाखवू शकणार.'' मुसाने नवीन मुद्दा मांडला.

इर्दा विचारात पडली. तिने सेनापतींना बोलावले.

''सेनापती, आपल्याकडे हवेत उडणारे कोणते प्राणी आहेत? आपल्या निम्म्या सैन्याला पुरतील एवढे तरी प्राणी हवेत आपल्याला.''

सेनापतींनी थोडा विचार केला आणि सांगायला सुरवात केली,

''आपल्याकडे उडणारे मासे आहेत. ते पाण्याबाहेर राहू शकतात; पण त्यांची संख्या कमी आहे. त्यांच्या व्यतिरिक्त आणखी काही प्राणी घ्यावे लागतील. आपली गरुडअश्वाची तुकडी आहे. ती एकदम ताकदवान आणि सर्वोत्कृष्ट तुकडी आहे.''

''मग हे युद्ध जिंकणे अवघड नाही. आपण तयारी करायला हवी.'' मुसा उत्साहाने म्हणाला.

इर्दाचाही उत्साह वाढला. युद्ध करण्याची ही तिची पहिलीच वेळ होती. राज्य हे शांततेसाठी असतं आणि तिथं शांतता नांदली पाहिजे यासाठी तिच्या वडिलांनी प्रयत्न केले होते. युद्ध झालंही होतं; परंतु इर्दा लहान होती. तिने सैनिकी शिक्षण घेतलेलं होतं. स्वतःच्या युद्धकौशल्यावर आणि आपल्या सैन्यावर तिचा प्रचंड विश्वास होता. शांततेसाठी युद्ध करण्याची तिची तयारी होती. ती शांती देवतेच्या समोर हीच प्रार्थना करत असे. ''शांतता आणि प्रेम

जगाचा आधार बनू दे. सर्वांना आनंदाने जगण्याचा अधिकार मिळाला पाहिजे.'' तिच्या पाच टापूंचं राज्य शांतता आणि प्रेमाच्या तत्त्वावर चालत होतं.

मुसा आणि सेनापती, शस्त्रागारप्रमुख यांच्या देखरेखीखाली कामकाज सुरू झालं. कासवांचा आणि शिंपल्यांचा उपयोग करून आरसे असणाऱ्या ढाली बनवल्या गेल्या. मुसाने उडणारे मासे आणि गरुडअश्वाचं पथक सेनापतींच्या मदतीने तयार करून ठेवलं. ही सर्व धामधूम सुरू होती तेव्हा दरबारातील काही लोक इर्डाच्या विरोधात कारवाया करत होते. त्यांनी समुद्री सैतानाशी गुप्त संधान साधण्याचा प्रयत्न सुरू केला. इकडची तयारी त्याला कळवण्याचा प्रयत्न सुरू झाला. समुद्री सैतान अशा संधीची वाटच पाहत होता. त्याला ती मिळाली. इर्डाला संपवून राज्य मिळवण्याच्या बदल्यात काही सरदार समुद्री सैतानाला जाऊन मिळाले. त्यांनी शत्रू पक्षाला तयारीबाबत कल्पना दिली. समुद्री सैतानाला आपल्या बळावर प्रचंड गर्व होता. त्याने त्याकडे दुर्लक्ष केलं. 'ते काहीही करू शकत नाहीत' असा दर्प त्याच्या बोलण्यात होता. त्याची नजर फक्त बेटांवरील त्या अनमोल आणि अत्यंत सुंदर अशा मोत्यांवर होती. त्यासाठी तो काहीही करू शकत होता.

मुसाने गरुडअश्वाची सैर करून पाहावी असा विचार केला.

''मला एक फेरफटका मारण्याची परवानगी हवी.'' मुसाने विचारलं.

सेनापती व गरुडअश्वदलाचे प्रमुख चर्चा करत होते. त्यांनी आपसात काही चर्चा केली आणि त्याला जाण्याची परवानगी दिली.

''आपल्याला एकच विनंती. फार दूर जाऊ नका. काही अंतरावर आपलं टेहळणी पथक आहे. तिथून पुढे जाऊ नये. धोका असू शकतो. हा समुद्र आहे. इथं कधीही काहीही होऊ शकतं.''

मुसाने होकार दिला आणि त्याने एका अत्यंत देखण्या व सर्वाधिक चपळ गरुडअश्वाची निवड केली. त्यावर तो स्वारही झाला. आकाश निरभ्र होतं. निळसर रंग एखाद्या सुंदर पटासारखा दिसत होता. समुद्रावरचा वारा आणि समुद्रपक्ष्यांचा आवाज मनाला सुखावत होता. मुसा सगळे ताण विसरला. युद्ध विसरला. 'माणसाला जगण्यासाठी दोनच गोष्टी हव्या असतात. एक शांती आणि दुसरं प्रेम.' नूहबाबांचं वाक्य त्याला पुन्हा एकदा आठवलं. ही शांतता

अनुभवत असताना त्याला त्यांच्या वाक्याची प्रकर्षाने आठवण झाली. संथपणे वाहणारा समुद्र आणि त्याच्याशी गप्पा करत बागडणारा वारा. मुसाने गरुडअश्वाला थोडं वर घेतलं. आता तो ढगांच्या गर्दीतून जात होता. एक अद्‌भुत अनुभव. गरुडअश्वाच्या पंखांचा आवाज तेवढा येत होता. अन्यथा, नीरव शांतता होती तिथं.

मुसाने गरुडअश्वाला आणखी वर जाण्यास सांगितलं. तो आता बराच उंचावर होता. बेट आता लहान दिसत होतं. त्याने आपली नजर चौफेर फिरवली आणि त्याला पूर्वेकडील दिशेला काहीतरी हालचाल जाणवली. खूप अंतरामुळे त्याला स्पष्ट काही दिसत नव्हतं. त्याने कमरेची लहान दुर्बीण काढली आणि त्यातून पाहायला सुरुवात केली. तेव्हा त्याला जे दिसलं ते भयंकर होतं. बासिलिस्कची एक मोठी तुकडी त्यांच्यावर चालून येत होती. मुसा पटकन सावध झाला. त्याने गरुडअश्व मागे वळवून सुसाट वेगाने टापू गाठायचं ठरवलं. छोट्या बेटावरच्या टेहळणी पथकाला सूचना करून त्याने टापू गाठला. सेनापती आणि सर्व

दलप्रमुखांना सूचना करण्यात आली. तो सरळ दरबारात गेला. एव्हाना बातमी तिथपर्यंत पोचली होती.

“शत्रूला आपल्या तयारीविषयी कसं काय समजलं? एवढी गद्दारी कुणी केली?”

इर्डा काळजीत होती.

“मला वाटतं आपण एवढी चिंता करू नये. आपलं सैन्य तयार आहे. टेहळणी पथकांना मी सूचना केलीय. ते तयारीत आहेत. समुद्री सैन्य हल्ल्याच्या तयारीत आहे. ते इथपर्यंत येऊही शकणार नाहीत. त्यांनी आपलं हत्यार म्हणजे बासिलिस्क हा प्राणी बदललेला नाही. त्यामुळे आपली तयारी वाया जाणार नाही.” मुसा प्रचंड आत्मविश्वासाने बोलला.

“तूच हे केलं असण्याची शंका आमच्या मनात आहे.” दरबारातील एक वयस्क सरदार बोलले.

मुसा मंद हसला.

“याचं उत्तर काळच देईल.”

असं म्हणून तो तडक बाहेर निघून गेला.

मोठ्या बेटावर सैन्य सज्ज उभं होतं. जलसैन्याला सूचना दिली गेली होती. तेही सज्ज होते.

पाहता पाहता शत्रू सैन्य नजरेच्या टप्प्यात आलं आणि पहिल्या तुकडीने त्यावर हल्ला केला. आरसा असणाऱ्या ढालींनी करामत दाखवायला सुरुवात केली. पहिल्या फळीतील बासिलिस्क खाक होताना दिसू लागले. इर्डाच्या सैन्यातील सैनिकही मारले गेले. बासिलिस्कच्या श्वासाचा एक उग्र दर्प सगळीकडे पसरला होता. त्याचा परिणाम इतर सैन्यावर होऊ पाहत होता. अडचणीत भर पडत होती.

मुसाने जलसैन्य प्रमुखाला बोलावलं.

“या उग्र वासाशी सामना करू शकेल असं काही हत्यार हवं आपल्याला. तुम्ही काही सुचवा. नाहीतर आपलं सैन्य लढायच्या अवस्थेत राहणार नाही. हा वास उग्र आहे, तसेच विषारीही.” मुसाच्या चेहऱ्यावर चिंता स्पष्ट दिसत होती.

“काही समुद्री वनस्पतींची पाने खाल्ल्यावर विषाचा प्रभाव कमी होतो; पण या

प्राण्याच्या विषाचा कोणताच अभ्यास नाही. त्यामुळे ती वनस्पती कितपत परिणाम करेल हे सांगता येणार नाही.''

''जे होईल ते होईल. आत्ता वापरून पाहू.''

जलसैन्य प्रमुखांनी आपल्या एका तुकडीला कामगिरीवर पाठवलं. विषाचा प्रभाव कमी करणारी वनस्पती शोधून आणली गेली. शक्य तेवढ्या सैन्याला ती पुरवली गेली. सर्व सैन्याला ती औषधी वनस्पती देण्याची आज्ञा झाली. मुसाची चिंता मिटली.

वनस्पतीने आपली जादू दाखवली. विषारी वायूचा काहीच परिणाम झाला नाही. सैन्य लढत राहिलं.

बासिलिस्कची आणखी एक तुकडी आली. तीही गारद झाली. दमलेलं सैन्य मागे घेण्यात आलं. नव्या दमाचं सैन्य लढू लागलं.

समुद्री सैतानाची हार समोर दिसत होती. त्याने निकराने लढा चालवला होता. तो समोर आलाच नाही; मात्र त्याचं सैन्य लढत होतं.

समुद्री सैन्याने एक बासिलिस्कची तुकडी गारद केली. आता शत्रूची हार स्पष्ट दिसत होती.

''राणी, तुम्ही आता टापूवर परत जावं. तिथंही रक्षणाची गरज आहे.''

सेनापतींनीही मुसाच्या मताला दुजोरा दिला आणि राणी इर्डा टापूकडे वळली.

ती सुरक्षित राहायला हवी अशी सर्वांचीच इच्छा होती.

काही सरदार तिला सत्ता आणि संपत्तीसाठी मारू पाहत होते.

पण, मुसा ही फार मोठी अडचण ठरला होता. त्याच्यामुळे इर्डाला साधा स्पर्शही करता येणं शक्य नव्हतं. त्यामुळे ते चरफडत होते. काहीही करून इर्डाला संपवायचं हाच त्यांचा मुख्य हेतू होता; पण तो सफल होऊ शकला नाही.

सलग आठ दिवस चाललेलं युद्ध अखेर संपलं. यात मोठी हानी झाली होती. सैन्य, हत्यारे यांचं मोठं नुकसान झालं होतं; परंतु युद्ध जिंकल्याचा आनंद जास्त होता. झालेलं नुकसान भरून काढता येऊ शकलं असतं; मात्र हार पत्करणं धोकादायक ठरलं असतं. इर्डाने गुप्तहेरांकडून भेद्यांची माहिती काढून त्यांना देहदंडाची शिक्षा दिली; कारण ते पुढेही राज्याला दगा देऊ शकले असते. ती कीड काढून टाकणेच योग्य होते.

बासिलिस्कविषयी समुद्रपुस्तकात भर घातली गेली. एका बंदी बनवलेल्या बासिलिस्कचा अभ्यास केला गेला. त्याच्या विषावर औषध शोधायचं काम सुरू झालं.

मुसाने केलेल्या मदतीमुळे सर्वचजण भारावून गेले होते. सरदारांच्या एका गटाने इर्डाला मुसाशी लग्न करण्याचा सल्ला दिला. एक मनुष्य आणि एक जलमानव यांच्या लग्नाची कल्पनाच कुणी केली नव्हती. इर्डा सुंदर, हुशार आणि पराक्रमी होती. तर मुसा सरळ स्वभावाचा, हुशार आणि धाडसी होता. चर्चा आणि मसलतीनंतर दोघांच्या लग्नाची तयारी सुरू झाली.

शांतीदेवतेच्या भव्य मूर्तीसमोर एकमेकांच्या हातात हात देऊन दोघांनी वचन घेतलं. आपल्या प्रेमाचं प्रतीक म्हणून एक नारळाचं झाड लावलं. त्याची जबाबदारी दोघांवर होती. दोघांना समान अधिकार होता.

इर्डा खूश होती. राज्यात शांतता नांदती ठेवण्यासाठी तिला एक चांगला जोडीदार मिळाला होता.

मुसाचं टापूवर आगमन

समुद्राच्या शांत लाटा हळुवारपणे किनाऱ्याकडे येत होत्या. खडकांवर आदळून तिथंच विलीन होत होत्या. चुटकी एका खडकावर बसून शांत समुद्र पाहत होती. तिने पाय पाण्यात सोडले होते. लाटा तिच्या पायाला स्पर्श करून जात होत्या. पायाला गुदगुल्या करत होत्या. छोट्या माशांनीही पायाशी खेळ सुरू केला होता. पण, चुटकी दूरच्या क्षितिजाकडे पाहत होती. गार वाऱ्याच्या झुळकेनं तिचे केस भुरभुरत होते. काही बटा चेहऱ्यावर येत होत्या. चुटकी हरवून गेली होती. तिला तिचा अब्बा आठवत होता. केवळ चित्रात पाहिलेली अम्मी आठवत होती. तिचे डोळे भरून आले. डोळ्यांच्या कडांतून पाणी खाली ओघळू लागलं. वाऱ्यावर उडू लागलं.

"चुटकी...ये चुटकी..." कौस्तवच्या हाकेने चुटकी भानावर आली.

"हे खा..." असं म्हणत कौस्तवने तिच्या समोर नारळाची एक मोठी करवंटी धरली.

"काय आहे रे यात?" तिने मलूल आवाजात विचारलं.

"वांब माशाचे भाजके तुकडे आहेत. खूप चविष्ट लागतात. तू खाऊन बघ."

चुटकीला खरे तर भूक नव्हती; परंतु कौस्तव रागावेल म्हणून तिने करवंटी घेतली.

ते भाजके तुकडे खरंच खूप चविष्ट होते. तिने आवडीने खाल्ले.

कौस्तव तिथेच खडकावर टेकला. खात खात तोही समुद्राकडे पाहू लागला.

"हा समुद्र किती सुंदर दिसतो नाही? शांत आणि अनंत. पण, याचं रौद्र रूपही खूप सुंदर असतं."

कौस्तव हरवल्यासारखा बोलत होता.

"रौद्र रूप सुंदर कसं काय असू शकतं?" चुटकीने मान तिरकी करून कौस्तवकडे पाहत प्रश्न केला.

"मुळात निसर्गच सुंदर असतो. अख्खाच्या अख्खा. त्याच्या शांत रूपात जितकं सौंदर्य आहे, तितकंच त्याचं रौद्र रूपही सुंदर आहे. माणसाला ते रौद्र रूप

आवडत नाही. त्यामुळे नुकसान होतं, म्हणून तुम्ही लोक त्याला भयंकर, वाईट म्हणता; पण जगात निसर्गच निर्माता आहे आणि तोच संहारक. माणसाने स्वार्थासाठी निसर्ग लुटायला सुरवात केली.

"तुला माहितीये, या टापूवर खूप अनमोल मोती मिळतात. मनुष्य आणि समुद्री सैतान मिळून हे मोती लुटू पाहत आहेत. त्यासाठी इथं अनेक युद्धं झाली. संहार झाले. माणसाने हे केलं नसतं तर इथं केवळ शांती नांदू शकली असती. इथं शांतीदेवतेची गरजच वाटली नसती. पण, वाढती हिंसा बघून इथं शांती देवता अस्तित्वात आली. ही कल्पना मानवाकडूनच मिळाली. मानवाने खोदून ठेवलेल्या कित्येक मूर्तींमध्ये ही मूर्ती पाहून या टापूंच्या राजांनी ही मूर्ती स्थापित केली. ती शांत मूर्ती, डोळे मिटलेले. मांडी घातलेली. दोन्ही पंजे एकमेकांवर ठेवलेले. शांत मुद्रा. ही मूर्ती आणि ही देवताही निसर्गाचाच एक भाग आहे."

कौस्तवचं बोलणं चुटकीला फारसं समजत नव्हतं; मात्र तिला एकच गोष्ट पक्की समजली होती. शांती आणि प्रेम या दोनच गोष्टी जगाचं कल्याण करू शकतात. चुटकीला शांततेची देवता आवडली होती.

"कौस्तव, इथं लग्न झाल्यावर एक नारळाचं झाड लावण्याची प्रथा आहे ना रे?"

"हो.."

"मला माझ्या अम्मी-अब्बांच्या लग्नातलं झाड पाहायचं आहे. दाखवशील का?"

"हो. आपण उद्या सकाळी लवकर जाऊया तिकडे."

"हम्म... चल आता. अंधार पडू लागलाय. चांदण्या समुद्राशी गप्पा मारायला आल्यात." असं म्हणून ती हसली.

कौस्तवने तिला एक टापूवरची कथा सांगितली होती. समुद्र आणि चांदण्यांची. त्यात अंधार पडू लागला की चांदण्या समुद्राशी गप्पा मारायला येतात असा एक प्रसंग होता. तो चुटकीला आठवला.

दोघेही घरी परत आले.

चुटकी रात्री उशिरापर्यंत समुद्र पाहत होती. धुक्यात हरवलेलं, डोळ्यांना न दिसणारं क्षितीज ती नजर रोखून पाहत होती. तिला अब्बाची खूप आठवण येत होती. अब्बा आपल्याला शोधायला अजून का आला नाही? की तो आपल्याला विसरून गेला? काय घडलं असेल मागे? नूहबाबांना सर्व काही ठाऊक आहे. ते पण येतील का सोबत? अब्बा इथवर येऊ शकेल का? अम्मीला सोडवून आणू शकेल का? आम्ही एकत्र राहू शकू का, असा विचार करत करत ती झोपी गेली.

त्याच वेळी टापूपासून काही दूर अंतरावर एक नाव वेगाने पुढे सरकत होती. कितीतरी वादळे, संकटं, समुद्र राक्षसाच्या सैन्याचे हल्ले पार करत ती नाव आता टापूंच्या दिशेने पुढे पुढे सरकत होती. दोन डोळे मोठ्या आशेने त्या मोठ्या धुक्याच्या भिंतीकडे पाहत होते. खरंतर भिंतीच्या पलीकडे पाहत होते. "माझी चुटकी तिकडे असेल का? नूहबाबा बोलले होते, तुझी चुटकी तिथेच आहे. अगदी सुखरूप."

मुसाने आपल्या शर्टच्या बाहीने डोळे पुसले. त्याच्या काळजाचा तुकडा असलेली चुटकी त्याला किती दिवसांनी भेटणार होती. दिवसांनी नव्हे तर महिन्यांनी. रात्रीचा समुद्री वारा वेगवान झाला होता. मुसाचे काही साथीदार मारले गेले होते. काही ज़खमी झाले होते. नावेवरचं अन्न संपत आलं होतं. मासे आणि इतर समुद्री जीव खाऊन दिवस ढकलला जात होता. पाणी खूप काटकसरीने वापरलं जात होतं.

सकाळ होता होता समोर धुक्याची भिंत दिसू लागली. थकलेला असतानाही मुसा आनंदाने शहारून गेला. चेहऱ्यावर हसू उमटलं. बाकीचे साथीदार खूश झाले. ड्रम वाजवून आनंदाने नाचू लागले. थकवा कुठल्या कुठे पळाला.

धुक्याच्या भिंतीतून जाताना इतर साथीदार घाबरले होते. स्वतःचा हातही नीट दिसत नव्हता; मात्र नाव हळूहळू पुढे सरकत होती. बराच काळ प्रवास केल्यानंतर पहिल्यांदा पाखरांचा किलबिलाट कानी पडला. मुसा आनंदून गेला. साथीदार पुन्हा नाचू लागले.

"वाजवू नका. खामोश रहो." सगळे शांत झाले. समोर विशाल टापूचं देखणं दृश्य उभं होतं. हिरवाईने नटलेलं. पाखरांची किलबिल सौंदर्यात भरच घालत होती.

नाव काठावर आली. काठावरील सैन्य सावध झालं. प्रवेशद्वाराजवळच्या नावांच्या स्थानकावर नाव बांधून मुसा आणि त्याचे सहकारी खाली उतरले. मुसा पुढे चालत होता. सैनिकांनी त्याला अडवलं. सैनिकांना पाहून मुसाचे सहकारी जाम घाबरले. असे अर्ध्या माशासारखे आणि अर्धे माणसासारखे प्राणी ते पहिल्यांदा पाहत होते. ते मुसाच्या आड लपून चालू लागले. दुरूनच त्यांना पाहून कुजबुजू लागले. मुसाने त्यांना दटावलं.

सैनिकांनी अडवताच मुसाने आपल्याजवळील एका चामड्याच्या बटव्यातून एक मुद्रा बाहेर काढली. ती सैनिकांसमोर धरली. सैनिकांनी ती मुद्रा नीट पाहून घेतली. ती राजमुद्रा होती. जी फक्त राजघराण्यातील व्यक्तींजवळ असते. तसेच त्यावर मुसाच्या पराक्रमाची खूण म्हणून त्याची छोटी प्रतिकृती कोरण्यात आली

होती. मुद्रेवरील एक कळ दाबताच त्या मुद्रेतून एक छोटी, गोल तांब्याची चकती बाहेर आली. त्यावर समुद्री भाषेत काहीतरी नमूद केलेलं होतं. ते वाचून सैनिक अवाक झाले. त्यांचा आपल्या डोळ्यांवर विश्वास बसेना. सैनिकांनी मुसाला झुकून सलाम केला.

हे सर्व पाहून मुसाचे सहकारी अजूनच गडबडून गेले. मुसा इथं येतो काय, एक कसलंतरी नाणं दाखवतो काय, सैनिक पाहून घेतात आणि झुकून सलाम करतात काय....सगळंच गजब! आपला मुसा कुणी साधासुधा माणूस नाही वाटत...त्यांच्या डोक्यात चक्रं फिरू लागली.

सैनिकांनी मुसाला पुढे जाण्याची विनंती केली. मुसा पुढे निघाला. एका सैनिकाने पुढे जाऊन वर्दी दिली. राजवाड्यात स्वागताची तयारी सुरू झाली. मुसाचे जंगी स्वागत करण्यात आले. इर्डाच्या मागे त्यांचा प्रामाणिक प्रधान

राज्याची जबाबदारी वाहत होता. मुसाला पाहून त्याला खूप आनंद झाला. इर्डाला सुखरूप परत आणण्याचं स्वप्न आता पूर्ण होणार होतं. मुसाला त्यांनी आदराने बैठकीवर बसवलं.

''आपण जिवंत आहात आणि सुखरूप आहात हे पाहून खूप आनंद झाला.''

''खरं आहे, त्या भयंकर रात्री जे काही घडलं त्यानंतर मी लाटांबरोबर वाहत गेलो. चुटकी माझ्यासोबत आली. अल्लाहची रहमत की तीही वाचली.''

''काय? या कुळाची वंशज जिवंत आहे...?'' प्रधानांना खूप आनंद झाला होता.

''हो, आणि ती याच टापूवर आली आहे. मी तिलाच शोधायला तर आलो आहे.''

''इथं? कधी आल्या त्या इथं?''

'मंजे...ती इथं आलीच नाही? या अल्लाह... मी इर्डाला आधीच गमावून बसलोय....आता चुटकीलाही? नाही... हे आता नाही सहन होणार मला.'' असं म्हणत पहाडासारखा मुसा रडू लागला. सगळा दरबार त्याच्याकडे आ वासून पाहत होता.

मुसाचे सहकारी अजूनही कोड्यात पडले होते. ही इर्डा कोण? चुटकी मुसाची पोटची मुलगी आहे? मग सगळे तिला अनाथ का म्हणतात? त्यांचं डोकं गरगरू लागलं होतं.

''काहीतरी गफलत होतेय.'' प्रधानांचा गंभीर आवाज आला तसं मुसाने मान वर करून पाहिलं.

''या राज्याच्या महाराणी आणि आपली पत्नी महामहीम इर्डाराणीसाहेब जिवंत असून, त्या समुद्री सैतानाच्या कैदेत आहेत. त्या रात्री तुम्ही हरवलात आणि सैतानाने राणीसाहेबांना कैद केलं, हे टापूचं राज्य मिळवण्यासाठी.''

''काय सांगताय? माझी इर्डा जिवंत आहे? समुद्री सैतानाची एवढी बिशाद की त्याने इर्डाला कैद करावं? प्रधानजी. तयारी करा युद्धाची. आता हे शेवटचं युद्ध असेल. सैतानाचा नायनाट करावाच लागेल. त्याशिवाय गत्यंतर नाही.''

मूठ आवळत मुसा बोलला. त्याच्या डोळ्यांतून अंगार बरसत होता. प्रचंड रागामुळे तो थरथरत होता. डोळ्यांच्या कडा ओल्या झाल्या होत्या.

''आम्ही तयारीतच आहोत. आपण काही दिवस आराम करावा. प्रवासाने थकलेले आहात. गुप्तहेर पाठवून तिकडची बातमी काढायची व्यवस्था करतो. आपण निश्चिंत असा. तुम्ही आला आहात. आता राणीसाहेबांना कोणतीच कैद बंदी बनवू शकत नाही. आता या गादीला वारस मिळाला. उद्याच तुम्हाला राजा म्हणून सिंहासनावर बसावं लागेल. मंत्रिगण तयारीला लागा.''

मुसा काहीच बोलू शकला नाही. त्याचे सहकारी अजूनही तोंडाचा आ वासून पाहत होते. आपला मुसा एवढ्या मोठ्या राज्याचा राजा आहे? या अल्लाह! हा काय चमत्कार पाहतोय आम्ही! ऐकावं ते नवलच.

पाचही टापूंवर दवंडी दिली गेली. राजा सत्ता ग्रहण करेल. उत्सवाला सर्वांनी हजर राहायला हवे. टापूच्या राज्यात खूप वर्षांनी आनंदाची लाट आली होती. लोक आशेने वाट पाहू लागले होते. इकडे कौस्तवने राजाची बातमी चुटकीला दिली.

''तुझा अब्बा अखेर आलाच...तुझी आशा सफल झाली. आपण उद्या सकाळीच दरबारात जाऊया. तिथं मी तुला तुझ्या अब्बाच्या हाती सोपवून परत येईन.''

''काय....माझा अब्बा आलाय? कुठंय?''

''राजधानीच्या टापूवर. उद्या ते राजा बनतील. तू तयारी कर. आपल्याला एक मोठा शिंपल्यांचा आणि मोत्यांचा हार बनवायचा आहे.''

दोघेही हरखून तयारीला लागले. चुटकी राजकुमारी आहे हे माहीत असूनही कौस्तवने तिला दरबारात हजर नव्हतं केलं; कारण तिच्या जिवाला धोका होऊ शकत होता. तिचा अब्बा आला की तिला त्यांच्या हवाली करेन, असं त्यानं ठरवलं होतं. आज तो दिवस आला होता, चुटकीला तिच्या अब्बाला भेटवण्याचा. आणि लवकरच ती तिच्या आजवर कधीच न पाहिलेल्या अम्मीलाही भेटणार होती.

अखेरचं युद्ध

राजधानी टापूवर जोरदार तयारी सुरू झाली. समुद्री फुलांचा गालिचा अंथरला गेला. नारळाच्या पानांचे खांब उभे केले. डेरेदार झाडांच्या फांद्या मंडपावर टाकल्या गेल्या. केळ्यांनी भरलेली बांबूची तबकं आणून ठेवली गेली. विविध मिठाया आणल्या गेल्या. खानसामे जेवणाच्या तयारीला लागले. मासळी आणि भाताची मोठी भांडी रटरटत होती. फुलांचा सुगंध दरवळत होता. सर्व टापूवरील लोकांना आमंत्रण होतं. नवीन राजा सिंहासनावर बसणार होता. जल्लोष होता. समुद्रही मोठ्याने गर्जना करत आनंद व्यक्त करत होता. त्याच्या लाटा किनाऱ्यावर येऊन आदळत होत्या. नवीन राजाला जणू सलामी देत होत्या.

ही सर्व गडबड सुरू होती आणि इकडे कौस्तवने चुटकीसाठी एका छोट्या होडीची व्यवस्था केली होती. राजधानी टापूवर जाण्यासाठी होडीची गरज होती. सूर्य अजून क्षितिजावर यायला अवकाश होता, तेव्हाच कौस्तव आणि चुटकी निघाले. सोबत डॉल्फीही होता. चुटकी खूप आतुर झाली होती अब्बाला भेटण्यासाठी. कित्ती दिवसांनी ती अब्बाला भेटणार होती. त्याने आपल्याला दोन बलदंड हातांनी उचलून घेतलंय असं स्वप्न तिने रात्री पाहिलं होतं. अब्बा आपल्याला पाहिल्यावर किती खुश होईल या विचारानेच ती फुलून आली. सूर्याची कोवळी किरणं समुद्रावर पसरू लागली होती. चुटकी सूर्याकडे पाहत होती. ती उभी राहिली. तिचे केस वाऱ्यावर भुरभुरत होते. क्षितिजावर समुद्रपक्षी भिरभिरत होते. सगळ्या वातावरणात उत्साह भरलेला होता.

कौस्तवलाही आनंद झाला होता. आज तो एक मोठं काम करायला चालला होता. चुटकीची आणि तिच्या अब्बाची भेट घालून द्यायला निघाला होता.

इकडे दरबार सजवला गेला होता. मोठ्या शंख आणि मोत्यांनी बनलेलं सिंहासन चमकू लागलं होतं. मुसा आपल्या खोलीत बसून विचार करत होता. इर्डा आणि चुटकी दोघीही जिवंत होत्या; पण त्यांना

शोधावं लागणार होतं. 'आजचा हा कार्यक्रम आटोपला की आपण इर्डा आणि चुटकीला शोधायला बाहेर पडू. जास्त वेळ वाट पाहून चालणार नाही. आपल्याला हे राज्य, संपत्ती काही नको. इर्डा आणि चुटकी भेटल्या की आपण इथून निघून जाऊ.' मुसा असा विचार करत असताना प्रधान गडबडीत तिथं आले.

'महाराजांचा विजय असो.'

''प्रधानजी, तुम्ही असे अचानक? काही घडलंय का? आपलं सैन्य तय्यार आहे; कारण शत्रू कुठल्याही क्षणी हल्ला करू शकतो. त्याला माझ्या येण्याची बातमी मिळाली असेल. खात्रीय मला.'' मुसा बोलला.

''महाराज, एक आनंदाची बातमी आहे.''

मुसाच्या चेहऱ्यावर अजूनही प्रश्न झळकत होता.

''या राज्याच्या वारस, महाराणी इर्डा आणि आपली कन्या राजदरबारात हजर झाल्या आहेत. कुणी कौस्तव नावाचा तरुण त्यांना घेऊन आलाय.'

मुसा ताडकन उठला.

''कुठंय चुटकी? मला भेटवा. चला लवकर.'' दोघंही बाहेर आले. राजदरबाराच्या जवळच असणाऱ्या एका दालनात चुटकी आणि कौस्तव बसले होते. चुटकी जाग्यावर बसून चुळबुळत होती.

''चुटकीऽऽऽऽ...!'' अब्बाची हाक ऐकून चुटकी धावतच दारात गेली.

तिकडून अब्बा आलाच. येताच त्याने चुटकीला घट्ट मिठी मारली.

''मेरी लाडो, मेरी चुटकी, कहाँ गई थी तू? कितना ढूंढा तुझे।'' असं म्हणून तो रडू लागला. त्याचा जीव त्याला परत मिळाला होता. चुटकी हमसून हमसून रडू लागली.

थोड्या वेळाने प्रधान म्हणाले, ''आपण सर्वांनी राजदरबारात चलावं. सर्व मंत्री आणि लोक हजर झाले आहेत.''

मुसा, चुटकी आणि कौस्तव सोबतच दरबारात हजर झाले.

दरबार गच्च भरला होता.

मुकुट घालण्याचे सोपस्कार पार पडले. मुसा बोलायला उभा राहिला.

त्याच्या धिप्पाड देहामुळे तो आणखीनच उमदा दिसत होता. प्रजा आनंदात

होती. जयजयकार करत होती.

मुसा बोलण्यासाठी म्हणून उभा राहिला.

‘‘प्रिय सर्व अधिकारी, सेनानी आणि प्रजाजन हो, आज टापूच्या राज्याचं राजपद माझ्याकडे आलंय. यावर खरं तर हक्क आहे तो महाराणी इर्डा यांचा; परंतु समुद्री राक्षसाने त्यांना बंदी बनवलं. मला याची जराही कल्पना नव्हती. मीही मेलोय असंच आजवर इथं समजलं जात होतं. माझ्याबरोबर आमची मुलगी चुटकी ‘मेहरुन्निसा’ ही मेलीय असाच समज इथं होता. अल्लाहच्या कृपेने आम्ही सुखरूप आहोत. आमची मुलगी सुखरूप आहे.’’ (चुटकी उठून उभी राहते. टाळ्यांचा प्रचंड कडकडाट होतो. कौस्तव आनंदाने टाळ्या पिटत असतो.)

‘‘टापूच्या राज्याची शांती आणि प्रेमावर प्रचंड श्रद्धा आहे. हा इथला इतिहास आहे; परंतु स्वार्थी शत्रूला इथं शांती नको आहे. त्यांना इथले अनमोल असे मोती चोरायचे आहेत आणि आमच्या जिवात जीव असेपर्यंत आम्ही ते होऊ देणार नाही. आता आपल्यासमोर एकच मोठं काम बाकी आहे, ते आहे महाराणी इर्डा यांना समुद्री राक्षसाच्या तावडीतून सुखरूप सोडवून आणणं. महाराणी इर्डा खूप पराक्रमी आहेत. त्यांनी इतकी वर्षं हालअपेष्टा सहन केल्या; मात्र राज्यावर अजिबात संकट येऊ दिलेलं नाही. माननीय प्रधानांनी अत्यंत प्रामाणिकपणे हे राज्य सांभाळलं. त्यांचे आभार मानावेत तेवढे थोडे आहेत.’’ (दरबारात जोरदार टाळ्यांचा कडकडाट होतो.)

‘‘आपणाला उद्यापासून युद्धाची तयारी करायची आहे. महाराणी इर्डा यांना सोडवून आणायचं आहे. तुम्ही माझ्या सोबत आहात का?’’ असं विचारताच दरबारातील लोक गर्जना करतच बोलले, ‘‘आम्ही कायम तुमच्यासोबत आहोत.’’

मुसाच्या चेहऱ्यावर एक वेगळीच चमक दिसली.

‘‘तर मग चला, तयारीला लागा. महाराणींना सुखरूप परत आणायचं आहे.’’

असं म्हणताच सर्वजण उभे राहून टापूच्या राज्याचा जयजयकार करू लागले.

मुसाने तयारीच्या सूचना दिल्या. सैन्य तयारीला लागलं.

"इर्डा, मी तुला शेवटची संधी देतोय. आता तू जर नाही तयार झाली तर आजचा दिवस तुझा शेवटचा दिवस ठरेल." आपल्या गूढ आवाजात समुद्री सैतान इर्डाला धमकावत होता.

आवाज अंधारातून येत होता; पण तो इर्डाच्या अगदी जवळ येत होता. आणि एका क्षणी इर्डाचा श्वास थांबला जणू. ती प्रचंड घाबरली.

तिच्यासमोर तो अक्राळविक्राळ समुद्री राक्षस उभा होता.

चार पायांवर चालणारा तो अणकुचीदार दातांचा अजस्त्र राक्षस पाहून इर्डा घाबरली.

त्याच्या डोक्यावरील ती विचित्र शिंगं पाहून कुणीही घाबरलं असतं. इर्डाही अजून धक्क्यातून सावरली नव्हती. असा विचित्र प्राणी तिने कधीच पहिला नव्हता; पण तिने मनाला शांत करण्याचा प्रयत्न केला. ती शांत झाली. शांतपणे डोळे मिटून तिने भीतीला हाकलून लावलं. स्वत:ला सावरलं आणि विचार करू लागली.

इतक्या वर्षांत हा आपल्यासमोर कधीच आला नाही. आज अचानक कसा काय हा समोर आला? हा घाबरलाय का? नेमकं काय झालंय? मुसा आलाय का?

मुसाच्या विचाराने तिच्या चेहऱ्यावर हसू फुललं. समुद्री राक्षसाच्या नजरेतून ते निसटलं नाही. त्याच्या डोळ्यांत अंगार फुलला. त्याने तिला आपल्या शेपटीने फटकारलं. काटेरी शेपटीचा फटका बसताच इर्डा विव्हळली. रक्ताची धार लागली.

"तुला हसण्याचा अधिकार नाही. तू घाबरलं पाहिजे मला." तो आपल्या हिंस्त्र आवाजात बोलला.

यावर इर्डा मोठ्याने हसली.

"कोण घाबरलंय? मी की तू? हा हा हा! आज तुझं घाबरणं लपलेलं नाही. माझा मुसा आलाय. तो तुला संपवून टाकेल. तुझा अंत जवळ आलाय." इर्डा मोठ्याने हसली. त्याने पुन्हा एकदा शेपटीचा फटकारा मारला. पुन्हा रक्ताची धार लागली.

इर्डा कळवळली; पण ती रडणार नव्हती; कारण तिचा मुसा आणि चुटकी

आले होते. ते येतील आणि तिला घेऊन जातील. तिला विश्वास होता. ती मनोमन हसू लागली. समुद्री सैतान आरडाओरडा करून निघून गेला.

❋

समुद्राच्या लाटा आज भयंकर आकाराच्या झाल्या होत्या. समुद्राचा तळ ढवळून निघाला होता. काळ्या आकृत्या आकाशात घिरट्या घालत होत्या. मुसा त्वेषाने आपली नाव पुढे घेत होता. आरमाराने तयारी केली होती. आकाशातून आणि पाण्याखालून सैन्य हल्ल्याच्या तयारीने पुढे सरकत होतं. गरुडअश्वाची तुकडी आकाशातून पुढे झेपावली होती. अत्यंत शिताफीने हल्ल्याचा बेत आखला गेला होता. समुद्री राक्षस गाफील राहिला होता असं नाही; पण त्याची तयारी तोकडी पडली होती. स्वतःला मोठं समजण्याच्या आविर्भावात तो आपलं सैन्य, शस्त्रं वाढवायला विसरला होता. इर्डा त्याच्या जुलमाला घाबरली नव्हती. त्यामुळे तो निश्चित गांगरून गेला होता. गुप्तहेर खात्याने त्याला दुजोरा दिला होता.

'शत्रू सैन्य मनाने खचलं असेल तर युद्धात आपला अर्धा विजय झालेला असतो.' नूहबाबांचं वाक्य मुसाला आठवलं आणि त्याचं मनोधैर्य आणखीनच वाढलं.

नावा वेगाने पुढे जात होत्या. आणि अचानक आकाशात काळे ढग जमू लागले. बघता बघता अंधार दाटून आला. मुसा विचारात पडला. आता कसे? समुद्र खवळलेला. त्यात वादळ झालं तर आपण पुढं जायचं कसं?

त्याने मनोमन अल्लाहकडे प्रार्थना केली. 'न्याय आणि सत्याच्या लढाईत तू आमचं संरक्षण करण्याचं वचन दिलंय. आज तुझ्या मदतीची गरज आहे. आज तुला आम्हाला मदत करावीच लागेल. शांती आणि प्रेमाच्या स्थापनेसाठी अन्याय आणि अत्याचाराविरोधात ही लढाई आहे. तुझी कृपा आमच्यावर कायम राहू दे. आमीन!'

मुसाने आपले हात आपल्या चेहऱ्यावरून फिरवून नावेचा सुकाणू हाती घेतला. आता थांबायचं नाही असं मनाशी पक्कं करत त्याने 'हल्ला बोल'ची हाक दिली.

झालं. सैन्य चवताळून पुढं सरसावलं. पुढं समुद्री सैतानाच्या राज्याचं पहिलं

ठाणं होतं. सैन्यानी हल्ला चढवला. हवाई, समुद्री आणि पाण्याखालून झालेल्या हल्ल्याने शत्रू सैन्य गांगरून गेलं आणि काही क्षणांत ते ठाणं ताब्यात आलं. मुसा सुसाट वेगानं पुढं सरकत होता. त्याला आता कुणीही थांबवू शकत नव्हतं. चुटकी आणि कौस्तव दोघेही त्याच्या सोबत होते. आपल्या अब्बाचं हे एक वेगळंच रूप ती पाहत होती. तिच्यासाठी हे सर्व नवीन होतं.

एकेक करत अनेक ठाणी उद्ध्वस्त करत मुसाचं सैन्य पुढं सरकत होतं. सैन्यही पूर्ण त्वेषाने लढत होतं. 'समुद्री राक्षस भयंकर तर होताच; पण तो क्रूरही होता. तेव्हा सांभाळून' असा सल्ला काही जुन्या सरदारांनी दिला होता. मुसा ओळखून होता. आल्या प्रसंगाला धैर्याने तोंड देण्याची त्याने तयारी केली होती.

मुसा चुटकीकडे वारंवार पाहत होता. छोटी चुटकी कित्येक संकटं पार करत होती; पण आता तिला कुठलेच कष्ट पडू द्यायचे नाहीत. आता तिला खूप जपायचं. खूप काळजी घ्यायची तिची. असं त्यानं मनोमन ठरवलं.

"महाराज, आता आपण समुद्री सैतानाच्या टापूजवळ आलोय. आपल्याला तात्काळ हल्ला करावा लागेल." सेनापतींनी सल्ला देताच मुसा आपल्या सैन्याकडे वळला.

"माझ्या शूर वीरांनो, आज आपल्या राज्याला कायमचं या शत्रूपासून मुक्त करायची वेळ आलीय. टापूच्या राज्याच्या महाराणी इर्डा यांना यातना देणाऱ्याला तुम्ही क्षमा कराल का?"

"नाहीऽऽऽऽऽ!" सैन्याच्या आवाजाने जणू समुद्र हलला.

"चला तर मग, आता शांती आणि प्रेमाचं राज्य स्थापन करण्यासाठी शत्रूला धडा शिकवूया."

आणि हल्ला केला गेला. बासिलिस्कची तुकडी क्षणात गारद झाली. आरसे लावलेल्या ढालींनी त्यांचा खात्मा केला. समुद्री सर्पांच्या तुकडीवर विद्युतवाही माशांनी हल्ला चढवला. समुद्री सर्पांना पळता भुई थोडी झाली होती. त्यातील काहींनी सैन्यावर हल्ला केला; मात्र त्यांच्यावर उपचार करणाऱ्या तुकडीने तात्काळ त्यांच्यावर उपचार केले. ते धोक्यातून बाहेर होते.

मुसा आणि चुटकी आता एका खास पाणबुडीत बसून तळाकडे चालले होते.

"अब्बा, मला आज माझी अम्मी पाहायला मिळेल का?" चुटकीने अत्यंत

काकुळतीला येऊन विचारलं.

मुसाला वाईट वाटलं.

“नुसतं पाहायला नाही, तर आज तू तिला भेटू शकशील आणि ती आता कायम तुझ्याजवळच राहील. तेरे अब्बा का वादा है!”

मुसाने असं म्हणत असताना मूठ आवळली. समुद्री सैतानाचा मुळातून नाश केल्याशिवाय तो आता शांतही बसणार नव्हता.

वाटेत येणारे अडथळे पार करत दोघे आत जात होते. शत्रू सैन्यावर वादळासारखा आदळत मुसा पुढे सरकत होता. त्याच्यासमोर जाण्यासही शत्रू सैन्य घाबरू लागलं. मुसा वेगाने पुढं सरकत होता.

तो एका गच्च अंधार असलेल्या दालनात आला.

अंधारात काहीच दिसत नव्हतं. त्याने डोळे चोळले.

“अब्बा, काहीच दिसत नाही इथं. आपण अम्मीला कसे शोधणार?”

चुटकीने प्रश्न केला.

“कोणाय? कोण आलंय?” एक क्षीण आवाज आला. मुसाने आवाज ओळखला.

“इर्डा....इर्डा... तू इथं आहेस का? तूच आहेस का?”

“मुसा... तू आहेस का? मी इर्डाच आहे. आणि आत्ता कोण बोललं. ती आपली चुटकी आहे का? सांग मला. चुटकी आलीय का?”

मुसाचा गळा भरून आला.

“हो, चुटकीच आहे. तुझी चुटकी. आपली चुटकी.”

मुसाने अंधारात इर्डाला पाहायचा प्रयत्न केला; पण ती दिसत नव्हती.

“आलास का मुसा? आणि तुझी ही चुटकीपण...हा हा हा! आता तुम्ही सगळेच माझ्या तावडीत सापडला आहात. तुम्ही वाचू शकत नाही. आज तुम्हाला संपवून मी टापूचं राज्य जिंकेन. मग मला कुणीच शत्रू राहणार नाही. हा हा हा!”

या आवाजाने मुसा आणि चुटकी घाबरले. एक विचित्र भीती त्यांच्या मनाला स्पर्शून गेली. काय घडतंय हे समजण्याआधीच मुसा एका कोपऱ्यात फेकला गेला. आपल्या पोटावर काहीतरी चरचरत आहे असं त्याला जाणवलं. त्याने हात लावून पाहिलं, तेव्हा त्याला ओलसर काहीतरी जाणवलं. त्याने वास घेतला. ते रक्त होतं.

‘अब्बा...’ चुटकीच्या किंकाळीने मुसा आपलं दुखणं विसरला. चुटकी अंधारात कुठेच दिसत नव्हती. ती मोठ्याने रडत होती. सैतानाने तिलाही शेपटीच्या फटकाऱ्याने दूर फेकलं होतं. तिलाही जखम झाली होती. त्यातून रक्त वाहत होतं.

“हा हा हा हा ...एका फटकाऱ्याने गारद झाला तुम्ही दोघं... आणि आला होता मला मारायला. हा हा हा हा ...”

“तुला तर मीच संपवेन.” त्वेषाने मुसा बोलला आणि उठून आवाजाच्या दिशेने धावला.

इतक्यात प्रकाशाची एक तिरीप आत आली. मुसाने डोळे बारीक करून पाहिलं. काही प्रकाश असणारे जेलमासे आत येत होते. त्या प्रकाशात आता सगळं कसं स्पष्ट दिसत होतं.

"तुम्ही आत कसे आलात? मी तुम्हाला संपवेन." समुद्री सैतानाने धमकी दिली; मात्र जेल मासे शांतपणे आहे तिथे स्थिर झाले. प्रकाश आता सगळ्या दालनात पसरला होता. मुसाने इर्डाकडे पाहिलं. अत्यंत कृश झालेली इर्डा पाहून त्याला खूप वाईट वाटलं. त्याची नजर चुटकीला शोधू लागली. त्याला एका कोपऱ्यात चुटकी बेशुद्ध पडलेली दिसली. तो धावतच तिकडे गेला. त्याने तिला उठवलं.

ती शुद्धीवर आली. गळ्यातील ताईतमुळे ते दोघंही पाण्यात राहू शकत होते.

मुसाने गडबड करायचं ठरवलं. त्याने आपल्या कमरेच्या तलवारीचा वार समुद्री सैतानावर केला. त्याच्या डोक्यावर तो वार झाला. एक शिंग तुटलं. तो वेदनेने कळवळला आणि पुढच्याच क्षणी त्याच्या जागी दुसरं शिंग उगवलं.

मुसा हैराण झाला. त्याने कित्येक वार केले; मात्र काही उपयोग झाला नव्हता.

नूहबाबांनी याच्या मृत्यूचं कारण काही सांगितलं नव्हतं. कसा करायचा याचा शेवट?

मुसा विचारात आहे हे पाहून सैतानाने त्याला पुन्हा फटका लगावला. मुसा पुन्हा कळवळला. रक्ताची धार लागली.

चुटकी आता सावध झाली होती. तिने अब्बाकडे आणि एकदा अम्मीकडे पाहून घेतलं.

'लक्षात ठेव. त्या सैतानाला फक्त आणि फक्त तूच मारू शकतेस.' नूहबाबांचं वाक्य तिला स्पष्ट आठवत होतं.

ती निर्धाराने उभी राहिली.

"मला माहितीये तुझा शेवट कशात आहे ते! तुझी भीती आणि आणि तुझं पाप हेच तुला मारू शकतात. आणि आज मी तुला मारेन. तू सारखा प्रयत्न केलास मला मारण्याचा; पण तुला ते जमलं नाही. माझा अब्बा आणि नूहबाबा माझ्यासोबत होते. आज तर माझी अम्मीही माझ्या सोबत आहे. आता तुझा शेवट निश्चित आहे."

चुटकीचं हे रूप पाहून सगळेच चाट पडले. एवढीशी चिमुरडी हे बोलत होती यावर त्यांचा विश्वासच बसेना.

इतक्यात डॉल्फी तिथं आला. त्याने सोबत एक तलवार आणली होती.

प्राचीन समुद्री लिपीतून त्यावर काहीबाही कोरलेलं होतं. असं म्हणतात की त्या लिखाणात पवित्र आत्म्यांचा वास होता, तेच राक्षसाला संपवू शकतात.

चुटकीने पहिला वार केला आणि त्याची शिंगे झाडाची फांदी तुटावी असा आवाज करत खाली कोसळली. सैतान खूप कळवळला. चुटकीच्या पुढच्या वाराने त्याचा पुढचा पाय जायबंदी झाला.

त्याला आता चालता येणं शक्य नव्हतं. तो कळवळला.

चुटकीने पुढचा वार केला. तो सरळ त्याच्या छातीत घुसला. समुद्री सैतान प्रचंड वेदनेने ओरडला आणि क्षणात दालनात लख्ख प्रकाश पडला. मळभ दूर होऊ लागलं. दूर दूर पसरलेली काळी गडद छाया दूर झाली.

सैतान वेदनेने विव्हळत खाली कोसळला.

मुसाने इर्डाला मुक्त केलं.

चुटकी सैतानाजवळ गेली.

''तुला मारावं असं मला कधीच वाटलं नव्हतं; पण तुझा अहंकार तुला सतत मरणाजवळ नेत होता. माझ्या अम्मीने तुझं काहीही बिघडवलं नसताना तू तिला कैद करून छळलं. मला आणि माझ्या अब्बाला त्रास दिला. आमचा जीव घेण्याचा प्रयत्न केला. याची शिक्षा तुला मिळाली. लक्षात ठेव, शांती आणि प्रेमाशिवाय या जगात दुसरी कोणतीच गोष्ट महत्त्वाची नाही. तुझ्या आत्म्याला शांती लाभो हीच दुआ. आमीन.''

एवढं बोलून चुटकी धावतच अम्मीकडे गेली.

तिघेही कितीतरी वेळ एकमेकांना भेटत होते. रडत होते. हसत होते.